Tiếng Việt Giao Tiếp
Theo Tình Huống

越南语情景口语（第二版）

梁　远 / 主编

梁　远　〔越〕阮庭和　〔越〕郑月兰　〔越〕阮青海 / 著

图书在版编目(CIP)数据

越南语情景口语 / 梁远主编. —2 版. —北京：北京大学出版社，2023.9
ISBN 978-7-301-34450-7

Ⅰ. ①越… Ⅱ. ①梁… Ⅲ. ①越南语 – 口语 – 教材 Ⅳ. ① H449.4

中国国家版本馆 CIP 数据核字 (2023) 第 173187 号

书　　　名	越南语情景口语（第二版） YUENAN YU QINGJING KOUYU (DI-ER BAN)
著作责任者	梁远　主编 梁远　〔越〕阮庭和　〔越〕郑月兰　〔越〕阮青海　著
责 任 编 辑	宋思佳
越南文校对	〔越〕阮氏武鸾
插图绘制	莫溪怡　李佩莹
标 准 书 号	ISBN 978-7-301-34450-7
出 版 发 行	北京大学出版社
地　　　址	北京市海淀区成府路 205 号　100871
网　　　址	http://www.pup.cn　新浪微博：@ 北京大学出版社
电 子 邮 箱	zpup@pup.cn
电　　　话	邮购部 010-62752015　发行部 010-62750672 编辑部 010-62753334
印 刷 者	北京圣夫亚美印刷有限公司
经 销 者	新华书店
	720 毫米 ×1020 毫米　16 开本　16.75 印张　324 千字 2020 年 9 月第 1 版 2023 年 9 月第 2 版　2025 年 1 月第 2 次印刷
定　　　价	68.00 元（含视频）

未经许可，不得以任何方式复制或抄袭本书之部分或全部内容。
版权所有，侵权必究
举报电话：010-62752024　电子邮箱：fd@pup.cn
图书如有印装质量问题，请与出版部联系，电话：010-62756370

编委会

主编
梁　远

副主编
覃秀红　陆进强

编委
梁　远　〔越南〕阮庭和　〔越南〕郑月兰
　　　　〔越南〕阮青海
黎春晓　〔泰国〕张亲亲　〔泰国〕葛兰
邓　凯　〔柬埔寨〕云索飞
朱　君　〔缅甸〕杜瓦底敦
唐妍懿　〔印度尼西亚〕李亚梅
岑雨洋　〔马来西亚〕巴斯里

视频处理
岑雨洋　熊慧妮　潘立童　陆倩怡

第二版前言

《越南语情景口语》自2020年9月面世以来，受到国内各高校以及社会上越南语爱好者的广泛好评。广西民族大学梁远教授主讲的"越南语口语1"课程在教学过程中充分运用了该教材倡导的"听说领先、语境沉浸、读写跟上"教学理念，取得了良好的教学效果。课程入选2023年国家级一流课程。

在实际教学过程中，我们也发现在"听说领先、语境沉浸、读写跟上"教学理念下，学生存在着一定程度上的辨音问题和拼写困扰。受条件所制，《越南语情景口语》只能在一定程度上营造母语环境，无法完全复刻母语环境，加上情景口语会话内容所涵盖的领域和学时有限，不能完全指望学生像习得母语一样习得越南语，并在自然学习的状态下掌握辨音技巧。因此，第二版坚持理论与实践相结合，增强辨音训练。相关语音和辨音内容由阮庭和博士负责编写，希望对本教材的学习者有更好的帮助。

作者

2023年4月

于相思湖畔

前　言

　　本教材是广西民族大学东南亚语言文化学院越南语系根据时代发展特点和教学改革需求，结合中国学生学习越南语的习惯编写的一本适用于我国大学本科越南语专业口语课程的教材。长期以来，越南语语音学习都是以拼读字母的方式开始，忽略了听音模仿的学习语言基本过程。随着信息技术的发展，随时随地听到地道的越南语已经成为可能，语言教学环境的创设更加便利，有效地提高了外语学习效率和质量。本教材的编写旨在摆脱过去通过文字学语音的语言学习方式，通过"听说领先""语境沉浸"的教学理念，让学习者对越南语的发音和句型建立初步的模型，从而更快捷地掌握越南语的口语技能，更精准地把握越南语的语言习惯。

　　本书共分为三十三课，每课有三至四个情景对话。第一课到第十五课的课程设计，从基本的问候和自我介绍开始，再进入与学生日常生活息息相关的校园生活话题，如天气、衣着、个人爱好、个人理想、问路、交通等。第十六课到第三十三课的课程设计，是在前期的语言技能基础上，向外延伸至各项社会活动，如看电影、看演唱会、旅游、网购、手机生活、求职、节日等。难度上由浅入深，循序渐进。情景对话视频由越南河内人演绎，能够提供纯正、地道的越南语口语表达习惯。练习部分密切配合情景会话内容，帮助学习者巩固语言技能的同时，又能充分尊重学习者的个性发展。同时为了方便学习者使用，本书的所有情景对话视频内容都可以通过扫描二维码的方式获取。使用本书时，建议忽略越南语文字的拼读，以听音模仿作为学习方法，将会对越南语的学习起到事半功倍的促进作用。

由于水平有限，不足之处敬请不吝赐教！

作者

2019 年 6 月 25 日

于相思湖畔

Mục lục
目　录

Phần một: Chủ đề theo tình huống
第一部分：情景主题

Chủ đề 1　Chào hỏi
第一课　　问候 ··· 3

Chủ đề 2　Tự giới thiệu bản thân
第二课　　自我介绍 ·· 7

Chủ đề 3　Cuộc sống trường lớp: Trong lớp học
第三课　　校园生活之教室里 ································ 12

Chủ đề 4　Cuộc sống trường lớp: Kí túc xá
第四课　　校园生活之宿舍里 ································ 16

Chủ đề 5　Cuộc sống trường lớp: Nhà ăn
第五课　　校园生活之食堂 ··································· 21

Chủ đề 6　Thời tiết
第六课　　天气 ··· 25

Chủ đề 7　Trang phục và cách ăn mặc
第七课　　服装和穿着打扮 ··································· 29

Chủ đề 8　Gia đình của tôi
第八课　我的家庭························34

Chủ đề 9　Quê hương tôi
第九课　我的家乡························39

Chủ đề 10　Bạn bè
第十课　朋友····························44

Chủ đề 11　Sở thích của bản thân
第十一课　个人爱好······················49

Chủ đề 12　Lý tưởng
第十二课　理想··························55

Chủ đề 13　Hỏi đường
第十三课　问路··························60

Chủ đề 14　Giao thông
第十四课　交通··························65

Chủ đề 15　Ẩm thực
第十五课　饮食··························70

Chủ đề 16　Giải trí: Xem phim
第十六课　休闲娱乐之看电影··············76

Chủ đề 17　Giải trí: Xem biểu diễn ca nhạc
第十七课　休闲娱乐之看演唱会············81

Chủ đề 18　Giải trí: Múa rối nước
第十八课　休闲娱乐之水上木偶戏··········87

Chủ đề 19　Giải trí: Đi cắm trại
第十九课　休闲娱乐之去露营·····································92

Chủ đề 20　Khám bệnh
第二十课　看病·····································98

Chủ đề 21　Du lịch: Đặt phòng khách sạn
第二十一课　旅游之预订酒店·····································104

Chủ đề 22　Du lịch: Đặt vé máy bay
第二十二课　旅游之预订机票·····································110

Chủ đề 23　Du lịch: Thắng cảnh nổi tiếng ở Việt Nam
第二十三课　旅游之越南著名景点·····································117

Chủ đề 24　Du lịch: Thắng cảnh nổi tiếng ở Hà Nội
第二十四课　旅游之河内的著名景点·····································125

Chủ đề 25　Thể dục thể thao
第二十五课　体育运动·····································132

Chủ đề 26　Mua sắm: Ở siêu thị
第二十六课　购物之超市里·····································139

Chủ đề 27　Mua sắm: Ở chợ
第二十七课　购物之菜市里·····································145

Chủ đề 28　Điện thoại di động
第二十八课　手机生活·····································152

Chủ đề 29　Mạng Internet
第二十九课　网络生活·····································161

Chủ đề 30   Ngân hàng
第三十课   银行 ··· 168

Chủ đề 31   Hải quan
第三十一课   海关 ·· 174

Chủ đề 32   Xin việc
第三十二课   求职 ·· 181

Chủ đề 33   Ngày lễ tết
第三十三课   节日 ·· 190

Phần hai: Ngữ âm tiếng Việt
第二部分：越南语语音

Ngữ âm tiếng Việt
越南语语音 ··· 201

Phân biệt âm tiếng Việt
越南语辨音 ··· 207

Bảng tra từ mới
生词总表 ·· 211

Phần một: Chủ đề theo tình huống

第一部分：情景主题

Chủ đề 1   Chào hỏi
第一课   问候

扫码收看视频

一、会话

Hội thoại 1   Lần đầu gặp mặt

Lan: Chào anh! Xin lỗi, anh tên là gì?

Hải: Chào chị! Tôi tên là Hải. Còn chị, chị tên là gì?

Lan: Tôi tên là Lan. Anh là người ở đâu?

Hải: Tôi là người Hà Nội. Còn chị, chị là người ở đâu?

Lan: Tôi cũng là người Hà Nội. Rất vui được gặp anh.

Hải: Tôi cũng rất vui được gặp chị.

Hội thoại 2   Hỏi thăm bạn cũ

Hải: Chào chị Lan! Dạo này chị có khỏe không?

Lan: Chào em, chị vẫn khỏe. Còn em dạo này thế nào?

Hải: Em vẫn bình thường. Công việc của

chị thế nào, có bận không?

Lan: Chị vẫn làm giáo viên, công việc không bận lắm. Còn em sắp tốt nghiệp chưa?

Hải: Em tháng 6 này tốt nghiệp, em đang tìm việc.

Lan: Nhanh thật, em đã sắp tốt nghiệp rồi. Chúc em tìm được một việc vừa ý nhé!

Hội thoại 3   Hỏi thăm bề trên

Hải: Cháu chào bác!

Bác: Chào cháu!

Hải: Bác dạo này có khỏe không ạ?

Bác: Bác dạo này vẫn khỏe, còn cháu dạo này thế nào?

Hải: Cháu vẫn bình thường ạ. Có điều công việc chưa ổn định vì cháu mới ra trường, nên công ty trả lương hơi thấp. Thế bác về hưu có đi làm thêm không ạ?

Bác: Không, bác bây giờ ở nhà nghỉ ngơi với chăm cháu nội thôi.

二、拓展词汇

ông nội	爷爷	bà nội	奶奶
ông ngoại	外公	bà ngoại	外婆
cô	姑姑，姑妈，女老师	chú	叔叔
thím	婶婶	cậu	舅舅
mợ	舅妈	dì	姨，阿姨
bố	爸爸	mẹ	妈妈
em gái	妹妹	em trai	弟弟

con trai	儿子	con gái	女儿
Nam Ninh	南宁	Quế Lâm	桂林
Quảng Châu	广州	Bắc Kinh	北京

三、练习

模仿视频语音语调，反复听说，并根据三个情景主题，分组录制三个对话视频。

四、参考译文

情景一：初次见面

阿兰：你好！请问你叫什么名字？

阿海：你好！我叫阿海，你呢？

阿兰：我叫阿兰，你是哪里人？

阿海：我是河内人，你呢？

阿兰：我也是河内人，很高兴见到你。

阿海：我也很高兴见到你。

情景二：问候老朋友

阿海：兰姐好，最近好吗？

阿兰：你好！我挺好的，你最近怎么样？

阿海：我还好，你工作怎么样，忙吗？

阿兰：我还是做老师，工作不是很忙，你快毕业了吧？

阿海：我6月份就毕业了，正在找工作。

阿兰：好快，你都快毕业了。祝你找到一份称心如意的工作！

情景三：问候长辈

阿海：您好！

伯母：你好！

阿海：您最近好吗？

伯母：我最近挺好的，你呢？最近好吗？

阿海：我还行，工作还不是很稳定，因为刚毕业，公司的待遇有点儿低。您退休后还去兼职吗？

伯母：没去，我现在在家休息，照看孙子。

扫码收看视频

Chủ đề 2   Tự giới thiệu bản thân
第二课   自我介绍

一、会话

Hội thoại 1   Lần đầu gặp mặt

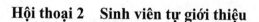

Lan: Chào anh! Anh tên là gì?

Minh: Chào chị! Tôi tên là Minh. Còn chị, tên gì?

Lan: Tôi tên là Lan, rất vui được làm quen với anh.

Minh: Tôi cũng rất vui được làm quen với chị.

Lan: Anh Minh là bác sĩ phải không?

Minh: Không, tôi là nhân viên của một công ty bất động sản.

Hội thoại 2   Sinh viên tự giới thiệu

Khải: Chào cậu! Tớ tên là Khải, năm nay tớ 24 tuổi, tớ đến từ Hà Nội. Còn cậu?

Linh: Tớ tên là Linh, cậu lớn hơn tớ hai tuổi, tớ năm nay mới 22 tuổi thôi, tớ ở thành phố Hồ Chí Minh. Thế Khải học ở đâu?

Khải: Tớ hiện nay đang học năm thứ ba chuyên ngành Kinh tế đối ngoại của trường Đại học Dân tộc Quảng Tây. Còn Linh, cậu học ở đâu?

Linh: Tớ học năm hai chuyên ngành Tài chính ngân hàng ở Đại học Ngoại thương. Rất vui được làm quen với cậu.

Khải: Tớ cũng rất vui được làm quen với cậu.

Hội thoại 3   Giới thiệu làm quen

Linh: Tôi xin giới thiệu, đây là anh Phong, còn đây là chị Phương, bạn tôi.

Phong: Chào chị Phương!

Phương: Chào anh Phong!

Phong: Chị Phương là người Trung Quốc ạ?

Phương: Vâng, tôi là người Trung Quốc. Còn anh Phong?

Phong: Tôi là người Việt Nam. Chị Phương sang Việt Nam lâu chưa? Bây giờ chị làm nghề gì ạ?

Phương: Tôi ở Việt Nam khoảng 5 năm rồi, tôi lấy chồng người Việt Nam. Hiện nay thì tôi đang làm giáo viên dạy tiếng Trung tại một trung tâm ở Hà Nội.

Phong: Rất hân hạnh được làm quen với chị.

Phương: Tôi cũng rất hân hạnh được quen biết anh.

二、拓展词汇

Thái Lan	泰国	Lào	老挝
Cam-pu-chia	柬埔寨	Mi-an-ma	缅甸
In-đô-nê-xi-a	印度尼西亚	Ma-lai-xi-a	马来西亚
phiên dịch viên	翻译	cấp một, trường tiểu học	小学
trường trung học	中学	cấp hai, trung học cơ sở	初中
cấp ba, trung học phổ thông		高中	
trường dạy nghề	职业高中	đại học	大学
học sinh cấp một	小学生	học sinh cấp hai	初中生
học sinh cấp ba	高中生	học sinh trung học	中学生
sinh viên đại học	大学生	một	1
hai	2	ba	3
bốn	4	năm	5
sáu	6	bảy	7
tám	8	chín	9
mười	10		

三、练习

模仿视频语音语调，反复听说，并根据三个情景主题，分组录制三个对话视频。

四、参考译文

情景一：初次见面

阿兰：你好！你叫什么名字？

阿明：你好！我叫阿明，你呢？你叫什么名字？

阿兰：我叫阿兰，很高兴认识你。

阿明：我也很高兴认识你。

阿兰：你是医生吗？

阿明：不，我是房地产公司的职员。

情景二：大学生自我介绍

阿凯：你好，我叫阿凯，今年 24 岁，来自河内，你呢？

阿玲：我叫阿玲，你比我大 2 岁，我今年刚 22 岁，家在胡志明市。你在哪里上学呢？

阿凯：我现在在广西民族大学对外经济专业读大三，你呢？在哪里上学？

阿玲：我在外贸大学金融专业读大二，很高兴认识你。

阿凯：我也很高兴认识你。

情景三：介绍认识

阿玲：我来做个介绍，这位是阿峰，这位是阿芳，我朋友。

阿峰：阿芳好！

阿芳：阿峰好！

阿峰：阿芳是中国人吧？

阿芳：是的，我是中国人，阿峰你呢？

阿峰：我是越南人。阿芳到越南多久了？现在做什么工作呢？

阿芳：我在越南大约5年了，我嫁了一个越南人。目前我正在河内一家培训机构做汉语教师。

阿峰：很荣幸认识你。

阿芳：我也很荣幸认识你。

Chủ đề 3　Cuộc sống trường lớp: Trong lớp học
第三课　校园生活之教室里

一、会话

Hội thoại 1　Trước giờ học

Phong: Ê, Linh, tí nữa tiết ba học môn Lịch sử à?

Linh: Ừ, thầy bảo hôm nay dùng máy chiếu đấy.

Phong: Thế để tao đi chuẩn bị máy chiếu, mày lên lau bảng đi, không thầy vào lớp là không kịp đâu.

Linh: Ừ, được rồi. Mày gọi thằng Trung với thằng Nam vào dọn vệ sinh, kê lại bàn ghế đi. Không tí nữa thầy lại nói cho đấy.

Phong: Tao biết rồi.

Hội thoại 2　Trong giờ học

Linh: Hôm nay học về ẩm thực Việt Nam, tao thích nhất phở bò, bún chả với nem. Mày thích món gì?

Phong: Tao thì thích các món ăn dân dã Việt Nam, như canh rau ngót, chả mực, rau muống luộc hoặc mùa hè mà được ăn bát canh cua cà pháo thì quá là tuyệt vời luôn.

Linh: Canh rau ngót là canh gì thế? Tao chưa ăn bao giờ.

Phong: Canh rau ngót dùng lá rau ngót nấu với thịt băm. Mùa hè ăn canh rau ngót vừa mát vừa dễ ăn. Bao giờ mày rảnh sang nhà tao, tao bảo mẹ tao nấu cho ăn thử.

Hội thoại 3   Sau giờ học

Linh: Phong ơi, bài tập về nhà hôm nay thầy giao là viết về một địa điểm nổi tiếng của Việt Nam. Mày định viết về cái gì?

Phong: Tao sẽ viết về Vịnh Hạ Long, đây là điểm du lịch rất nổi tiếng, hơn nữa lại còn là kì quan thiên nhiên của thế giới. Còn mày, định viết về cái gì?

Linh: Tao chắc viết về Hà Nội thôi, thủ đô cổ kính và có ẩm thực phong phú.

Phong: Thế ngày mai bắt đầu luôn thôi, ba hôm nữa là phải nộp bài cho thầy rồi đấy.

二、拓展词汇

đi học   上学   tan học   放学

lên lớp	上课	tan lớp	下课
nghỉ giải lao	课间休息	tự học	自习
thi giữa học kỳ	期中考试	thi cuối học kỳ	期末考试
thời khóa biểu	课程表	nghiêm	起立
ngồi xuống	坐下	giảng bài	讲课
nghe giảng	听讲	đặt câu hỏi	提问
trả lời	回答	thảo luận	讨论
giơ tay	举手	ghi bài	记笔记
mở sách ra	打开书	trang	页
chép bài	抄课文	đọc	朗读
viết chữ	写字	nộp bài tập	交作业
nghỉ đông	寒假	nghỉ hè	暑假
phở gà	鸡肉粉	phở Quế Lâm	桂林米粉
phở bạn cũ	老友粉	bún ốc	螺蛳粉

三、练习

模仿视频语音语调，反复听说，并根据三个情景主题，分组录制三个对话视频。

四、参考译文

情景一：上课前

阿峰：喂，阿玲，一会儿第三节上历史课，是吧？
阿玲：是的，老师说今天要用到投影仪呢。
阿峰：那我去准备投影仪，你去擦黑板吧，不然老师进教室就来不及啦。

阿玲：嗯，好的。你叫阿忠和阿南去打扫卫生，搬好桌椅，不然一会儿又要被老师说了。

阿峰：我知道啦。

情景二：课堂上

阿玲：今天的学习跟越南饮食有关，我最喜欢牛肉粉、烤肉粉和春卷。你最喜欢什么呢？

阿峰：我喜欢越南农家菜，比如羊角菜汤、鱿鱼煎饼、白灼空心菜，夏天如果能去吃碗蟹汤配小圆茄就再好不过啦。

阿玲：羊角菜汤是什么汤呢？我从来没有喝过。

阿峰：羊角菜汤是用羊角菜和瘦肉末做成的。夏天喝羊角菜汤凉爽可口。你什么时候有空到我家去，我让我妈煮给你尝尝。

情景三：下课后

阿玲：阿峰，今天老师布置的课后作业是写一篇有关越南著名景点的文章，你打算写什么呢？

阿峰：我打算写下龙湾，这是一个很著名的旅游景点，而且还是世界自然奇观。你呢？打算写什么呀？

阿玲：我肯定是写河内啦，河内是古老的首都且有着丰富的饮食文化。

阿峰：那明天开始写咯，三天后要交作业了。

扫码收看视频

Chủ đề 4   Cuộc sống trường lớp: Kí túc xá
第四课　校园生活之宿舍里

一、会话

Hội thoại 1   Hỏi chuyện về kí túc xá

Phong: Chào chị Lan.

Lan: Chào Phong, dạo này em bận gì mà không thấy ở kí túc xá thế?

Phong: À, bọn em vừa mới chuyển kí túc, bây giờ bọn em chuyển sang kí túc xá mới ở khu 7 cơ.

Lan: Ồn, kí túc xá mới chắc toàn đồ mới, chả bù cho chị ở cái kí túc cũ, lúc thì mất điện, lúc thì mất nước.

Phong: Bọn em ở kí túc xá mới nói chung là cũng OK, điều hòa, tủ lạnh, ti-vi, giường, tủ đủ hết.

Lan: Thế có máy giặt không?

Phong: Có máy giặt nhưng không có bình nước nóng.

Lan: Thế bọn em tắm kiểu gì?

Phong: Bọn em dùng thẻ kí túc mua nước nóng, tắm theo giờ. Nói chung là cũng có cái bất tiện.

Chủ đề 4   Cuộc sống trường lớp: Kí túc xá   第四课   校园生活之宿舍里

Lan: Đúng là cũng có cái bất tiện thật.

Hội thoại 2   Nội quy kí túc xá

Cô: Các cháu mới dọn sang kí túc mới nên cô cũng thông báo luôn về nội quy, quy định ở đây.

Phong: Cô nói đi ạ.

Cô: Kí túc xá sau 11 giờ đêm ra vào phải báo danh, dùng nước nóng từ 5 rưỡi chiều đến 11 rưỡi đêm.

Phong: Chúng cháu có được nấu ăn trong kí túc không ạ?

Cô: Các cháu không được nấu ăn trong kí túc cũng như không được uống rượu, bật nhạc to làm ảnh hưởng đến các phòng khác. Nếu bị phản ánh, nhà trường sẽ có hình thức kỉ luật.

Phong: Dạ, bọn cháu nhớ rồi ạ.

Hội thoại 3   Báo sửa chữa

Phong: Cô ơi, cái điều hòa phòng cháu bị hỏng hay sao í ạ.

Cô: Thế điều hòa hỏng như thế nào?

Phong: Cháu bật rồi nhưng không thấy mát, không biết là bị hỏng hay hết hơi lạnh.

Cô: Cháu điền vào sổ họ tên, số phòng, số điện thoại, bị hỏng gì, chiều nay

sẽ có thợ đến sửa. Cháu nhớ ở kí túc, không người ta đến không thấy ai là do cháu đấy nhé.

Phong: Thế mấy giờ thợ đến sửa hả cô?
Cô: 5 rưỡi.
Phong: Dạ vâng, cháu cám ơn cô.

二、拓展词汇

sách giáo khoa	课本	ba lô	书包
hộp bút	笔盒	phù hiệu trường	校徽
giường	床	tủ quần áo	衣柜
rèm cửa	窗帘	chăn	被子
gối	枕头	đèn	灯
xà bông	肥皂	khăn lau	毛巾
vòi nước	水龙头	giấy vệ sinh	卫生纸
nước lạnh	冷水	nước nóng	热水
dầu gội	洗发液	xà phòng thơm	香皂
ban công	阳台	cái mắc áo	衣架
phòng tắm	浴室	ký túc xá nam	男生宿舍
ký túc xá nữ	女生宿舍		

三、练习

模仿视频语音语调，反复听说，并根据三个情景主题，分组录制三个对话视频。

四、参考译文

情景一：谈论宿舍设施

阿峰：兰姐好！
阿兰：阿峰好，最近你忙啥呢？都不见你在宿舍。
阿峰：哦，我们刚搬宿舍，现在我们搬到7区的新宿舍啦。
阿兰：哦，新宿舍一定是全新的设施，哪儿像我们旧宿舍，时不时会停电停水。
阿峰：我们的新宿舍总体来说还行吧，空调、冰箱、电视、床和柜子都有。
阿兰：有洗衣机吗？
阿峰：有洗衣机，但没有热水器。
阿兰：那你们怎么洗澡呀？
阿峰：我们用校园卡买热水，计时洗澡。总体来说还是有些不太方便。
阿兰：确实不是很方便。

情景二：谈论舍规

宿管阿姨：你们刚搬到新宿舍，因此我要跟你们讲讲这里的舍规。
阿峰：　　你说吧。
宿管阿姨：晚上11点后出入宿舍要登记，热水供应时间从下午5点半到晚上11点半。
阿峰：　　我们可以在宿舍煮东西吗？
宿管阿姨：你们不能在宿舍煮东西，也不能喝酒、大声放音乐，以免影响其他宿舍。如果被投诉，学校将会给予处分。
阿峰：　　好的，我们记住了。

情景三：故障报修

阿峰： 阿姨，我们宿舍的空调好像坏了。

宿管阿姨： 空调哪里坏啦？

阿峰： 我开了空调但不制冷，不知道是坏了还是没氟了。

宿管阿姨： 你把姓名、房号、电话、空调哪里坏了填好，今天下午将有师傅来维修。你记得在宿舍等哦，不然人家师傅来了不见有人在宿舍，责任就是你们的。

阿峰： 那师傅是几点来修呢？

宿管阿姨： 5点半。

阿峰： 好的，谢谢阿姨。

扫码收看视频

Chủ đề 5   Cuộc sống trường lớp: Nhà ăn
第五课   校园生活之食堂

一、会话

Hội thoại 1   Ăn uống ở nhà ăn

Phong: Cậu thấy cơm ở nhà ăn như thế nào?

Linh: Cũng bình thường, ăn ở nhà ăn được cái nhiều món, thực đơn phong phú, rẻ và an toàn, nhưng mà ăn nhiều quá cũng chán lắm. Còn cậu thì sao?

Phong: Tớ thì thấy cơm nhà ăn dễ ăn, món ăn cũng khá giống với mẹ tớ nấu, các cô chú phục vụ cũng rất nhiệt tình. Quan trọng hơn là thức ăn ở nhà ăn hợp khẩu vị tớ.

Linh: Thảo nào trông cậu béo lên đấy.

Hội thoại 2   Nạp tiền và báo mất thẻ nhà ăn

Phong: Linh ơi, cho anh hỏi tí, anh làm mất thẻ nhà ăn, bây giờ muốn đăng ký lại thì phải làm thế nào?

Linh: Anh mất lâu chưa? Nếu muốn làm lại thẻ thì anh phải cầm chứng minh thư và thẻ học sinh lên văn phòng báo mất để mở lại một thẻ mới.

Phong: Thủ tục có phức tạp lắm không em?

Linh: Nói chung là thủ tục không có gì phức tạp, anh nhớ báo mất sớm, thì tiền trong thẻ sẽ được chuyển sang thẻ mới.

Phong: May thế, hôm trước anh vừa nạp vào thẻ 80 tệ. Thế bây giờ anh lên văn phòng báo mất luôn, cám ơn em nhé.

Linh: Không có gì, anh đi ngay đi.

Hội thoại 3 Gọi món và mua về

Phong: Hôm nay nhà ăn có nhiều món ngon thế, toàn những món cháu thích.

Cô: Ừ, cháu ăn ở đây hay mua mang về?

Phong: Dạ, cháu ăn ở đây. Còn tí nữa cháu mua thêm một suất mang về cho bạn. Cô cho cháu món súp lơ xanh, đậu phụ với một cái đùi gà ạ.

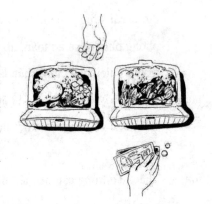

Cô: Suất mang về ăn gì hả cháu?

Phong: Suất mang về cô cho cháu thịt kho tàu, rau muống xào với trứng sốt cà chua. Hai suất của cháu hết bao nhiêu tiền ạ?

Cô: Của cháu hết 18 tệ.

Phong: Cháu gửi cô ạ.

二、拓展词汇

bữa sáng	早餐	bữa trưa	午餐
bữa tối	晚餐	ăn sáng	吃早餐
ăn trưa	吃午餐	ăn tối	吃晚餐
cay	辣的	đắng	苦的
mặn	咸的	ngọt	甜的
chua	酸的	chiên, dán	炸的
nóng	热的	lạnh	冷的
nướng	烤的	sữa chua	酸奶
nước trái cây	果汁	nước khoáng	矿泉水
bia	啤酒	bát	碗
thìa	勺子	đũa	筷子
chai	瓶	chén, cốc	杯

三、练习

模仿视频语音语调，反复听说，并根据三个情景主题，分组录制三个对话视频。

四、参考译文

情景一：食堂的伙食

阿峰：你觉得食堂的饭菜怎么样？

阿玲：一般，在食堂吃饭好就好在花样多，菜品丰富，便宜又安全，但是吃太多了也很腻。你觉得呢？

阿峰：我觉得食堂的饭菜好吃，跟我老妈做的差不多，食堂的叔叔和阿姨也很热情，重要的是饭菜合我口味。

阿玲：难怪你胖了。

情景二：饭卡充值、挂失

阿峰：阿玲，请问我弄丢了饭卡，现在想重新办理，怎么办呢？

阿玲：你丢了多久了？如果想重新办理，你要拿身份证和学生证到办公室挂失才能办理新卡。

阿峰：手续很复杂吗？

阿玲：一般来说手续不算复杂，你记得要早点儿挂失，原来卡里的钱就可以转到新卡啦。

阿峰：那太好了，前天我刚充值80元。现在我马上去办公室挂失，谢谢你啦。

阿玲：不客气，你赶紧去吧。

情景三：点菜与打包

阿峰：　　今天食堂有很多好吃的菜，都是我喜欢吃的。

食堂阿姨：哦，你在这儿吃还是带回去吃呢？

阿峰：　　我在这儿吃，一会儿我再买一份带给同学。阿姨请给我来份西兰花、豆腐和一个鸡腿。

食堂阿姨：带回去的那份要吃点儿什么呢？

阿峰：　　阿姨请给我来份红烧肉、炒空心菜和西红柿炒蛋。两份总共多少钱呢？

食堂阿姨：总共是18元。

阿峰：　　给您钱。

Chủ đề 6   Thời tiết
第六课   天气

扫码收看视频

一、会话

Hội thoại 1   Thời tiết Nam Ninh

Lan: Hải này, em có thấy thời tiết Nam Ninh dạo này khó chịu không?

Hải: Có chị ạ, ban đêm trời còn tương đối mát chứ ban ngày thì oi. Em không thích thời tiết Nam Ninh lắm mặc dù nó cũng có bốn mùa xuân, hạ, thu, đông như Hà Nội.

Lan: Thời tiết Nam Ninh thay đổi chóng mặt lắm, trưa nắng to, chiều mưa ngay được. Nói chung là đi đâu cũng cầm theo cái ô cho chắc.

Hải: Ở Nam Ninh mùa đông có tuyết rơi không chị?

Lan: Không em ơi, Nam Ninh lạnh nhất cũng chỉ khoảng 4 độ thôi, lạnh buốt nhưng không có tuyết rơi.

Hội thoại 2   Thời tiết Hà Nội

Lan: Thời tiết Hà Nội mấy hôm nay mát mẻ phết. Chị thích nhất mùa thu Hà Nội, có nắng nhưng dịu nhẹ, không gắt như mùa hè, cũng không lạnh như mùa đông.

Hải: Em cũng thích nhất Hà Nội vào mùa thu, mùa lá vàng rụng, mặc áo cũng không sợ toát mồ hôi. Nhưng mà mùa thu thì lại rất là ngắn, chưa được một tháng là đã sang đông rồi.

Lan: Mùa đông ở Hà Nội có tuyết rơi không em?

Hải: Không chị ạ, mùa đông ở Hà Nội chỉ lạnh thôi, lạnh buốt. Nhiệt độ thấp nhất cũng khoảng 5-6 độ thôi.

Hội thoại 3   Dự báo thời tiết

Mẹ: Dự báo thời tiết vừa báo mai có đợt không khí lạnh, nhiệt độ hạ xuống còn có 4 độ thôi. Mai con đi học nhớ mặc quần áo ấm, không ốm đấy nhé.

Con: Dạ vâng. Mẹ ơi, thế đài báo lạnh mấy hôm ạ?

Mẹ: Khoảng 2-3 hôm thôi. Đây là đợt rét đậm rét hại do không khí lạnh từ Trung Quốc tràn xuống, mấy hôm nữa thời tiết lại bình thường.

Con: Vâng, con biết rồi ạ!

二、拓展词汇

mưa rào	阵雨	ấm áp	暖和
ẩm ướt	潮湿	bão	台风
nắng	晴朗	mát mẻ	凉爽

nóng nực	炎热		khô	干燥
ra mồ hôi	出汗		mưa đá	冰雹
gió	刮风		chớp	闪电
sấm	打雷		nhiều mây	多云
âm u	阴		mưa nhỏ	小雨
mưa vừa	中雨		mưa to	大雨
tuyết	雪		sương mù	雾

三、练习

模仿视频语音语调，反复听说，并根据三个情景主题，分组录制三个对话视频。

四、参考译文

情景一：南宁的天气

阿兰：阿海，你觉得最近南宁的天气让人难受吗？

阿海：难受，晚上还比较凉快，白天就很闷热。我不是很喜欢南宁的天气，尽管它和河内一样也有春、夏、秋、冬四季。

阿兰：南宁的天气变化多端，中午太阳还很大，下午就有可能下雨。总的来说去哪儿都得带把伞。

阿海：南宁的冬天下雪吗？

阿兰：不下雪，南宁最冷也就大约4度，冷得刺骨但不会下雪。

情景二：河内的天气

阿兰：河内的天气这几天很凉爽。我最喜欢河内的秋天了，有和煦的阳光，不像夏天那么热，也没有冬天那么冷。

阿海：我也喜欢河内的秋天，满地金黄色的叶子，不用担心会出汗。但是秋天太短了，不到一个月就入冬了。

阿兰：河内的冬天下雪吗？

阿海：不下雪，河内的冬天只是寒冷，最低气温5～6度。

情景三：天气预报

妈妈：天气预报刚说明天有股冷空气，气温下降到4度，明天你去上学记得穿暖和点儿的衣服，别生病哦。

儿子：好的，妈妈，气象台预报会冷几天呢？

妈妈：两三天吧。这次严寒天气是由一股从中国直下的冷空气引起的，几天后天气会正常的。

儿子：好的，我知道啦！

Chủ đề 7 Trang phục và cách ăn mặc
第七课 服装和穿着打扮

一、会话

Hội thoại 1 Tại cửa hàng quần áo

Linh: Cửa hàng quần áo này cũng được đấy, đa số những mẫu mới nhất của năm nay đều có.

Thanh: Hiện nay đang có mốt gì hả chị?

Linh: Hiện nay mốt là áo trễ vai phối cùng váy xếp ly hoặc quần bò, màu trắng và xanh da trời nhạt là màu chủ đạo.

Thanh: Sắp đến mùa hè rồi thì nên mặc quần áo chất liệu nào cho mát ạ?

Linh: Em có thể lựa chọn vải đũi, vải cotton hoặc vải lụa. Đa số mọi người thường hay chọn cotton vì nó có giá thành vừa phải lại có khả năng thấm hút mồ hôi cực tốt, đem lại sự thoáng mát vào mùa hè.

Thanh: Vâng ạ.

Hội thoại 2   Áo dài - Trang phục truyền thống Việt Nam

Linh: Chị Thanh ơi, trang phục truyền thống của Việt Nam có phải là áo dài không ạ?

Thanh: Đúng rồi em. Áo dài thường được mặc cùng với quần dài, áo dài có cả cho nam và nữ nhưng hiện nay được biết đến nhiều hơn là trang phục nữ.

Linh: Áo dài được mặc vào dịp nào ạ?

Thanh: Áo dài thường được mặc vào dịp lễ hội, trình diễn hay những sự kiện đòi hỏi sự sang trọng, lịch sự. Ngoài ra, áo dài thường đại diện cho trang phục dân tộc trong các cuộc thi sắc đẹp.

Linh: Áo dài ngày nay hình như đã được cách tân đi phải không chị?

Thanh: Áo dài ngày nay đúng là đã được cách tân đi để phù hợp với nhu cầu của người mặc, kiểu dáng và chất liệu ngày càng phong phú.

Linh: Thế chị Thanh dẫn em đi may một chiếc áo dài nhé.

Thanh: Được, chủ nhật này chị dẫn em đi.

Hội thoại 3   Thảo luận về cách ăn mặc

Hải: Sắp đến mùa hè rồi, chị đã mua sắm quần áo gì chưa?

Lan: Chưa em ơi, chị đang định tuần tới đi mua ít quần áo mùa hè, tủ quần áo của chị bây giờ chả có gì để mặc nữa rồi.

Hải: Thế chị thích mua quần áo như thế nào?

Lan: Chị hâm mộ Hoa hậu Đỗ Mỹ Linh nên phong cách ăn mặc cũng có chút ảnh hưởng. Mùa hè thì chị thích mặc quần bò, áo phông nhất, dễ mặc, dễ phối. Thế còn em, mùa hè em mặc quần áo như thế nào ?

Hải: Em thuộc tuýp người đơn giản nên không quá chú trọng về vấn đề ăn mặc. Chỉ cần thoải mái là được, ví dụ như quần soóc, áo phông hoặc một bộ quần áo thể thao bằng cotton là được.

二、拓展词汇

áo len	毛衣	áo jacket	夹克衫
áo choàng	风衣	áo sơ mi	衬衣
áo măng tô	大衣	áo lót	内衣
áo gi-lê	马甲	trang phục dạ hội	晚礼服
áo lông vũ	羽绒服	áo bơi	游泳衣
sườn xám	旗袍	váy liền áo	连衣裙
váy	裙子	quần bò	牛仔裤
lụa	丝绸	vải len dạ	毛呢料
vải lanh	棉绸布	da thuộc	皮革

三、练习

模仿视频语音语调,反复听说,并根据三个情景主题,分组录制三个对话视频。

四、参考译文

情景一：在服装店里

阿玲：这家服装店的衣服不错哦，有很多今年最新款的衣服。

阿青：如今正流行什么款式呢？

阿玲：如今流行一字领上衣搭配百褶裙或者牛仔裤，白色和天蓝色是主流色。

阿青：夏天快到了，穿什么料子的衣服凉快些呢？

阿玲：你可以选择亚麻布料、棉料或者丝绸。大部分人选棉料是因为它价格适中且吸汗性能也好，夏天穿着很凉爽。

阿青：好的。

情景二：越南传统服装——越南长衫[①]

阿玲：青姐，越南的传统服装是越南长衫吗？

阿青：对的。越南长衫常常搭配长裤穿，有男款和女款，不过女款更为人知。

阿玲：越南长衫一般什么时候穿呢？

阿青：越南长衫一般是节日、表演或者要求穿着庄重得体的场合穿。此外，越南长衫也是各种选美比赛的民族服装。

阿玲：越南长衫如今也得到了改良对吧？

阿青：没错，确实得到了改良，更加符合穿衣人的要求，款式和布料都更加丰富了。

阿玲：那你带我去做一件呗。

阿青：好的，这个星期天我带你去吧。

---

① 现在也称"奥黛"，音译。

情景三：谈论穿着打扮

阿海：快到夏天啦，你买了啥衣服呢？

阿兰：还没买呢，我正打算下周去买一些夏天的衣服，衣柜里没什么衣服可穿了。

阿海：你喜欢什么样的衣服呢？

阿兰：我是选美冠军杜美玲小姐的迷妹，她的穿衣风格也影响了我。夏天我最喜欢穿牛仔裤、T恤，好穿，容易搭配。你呢？夏天都穿什么衣服？

阿海：我是一个简单的人，不太注重穿着打扮，舒服就行。比如西装短裤、T恤或者一套棉料的运动服就好啦。

Chủ đề 8   Gia đình của tôi
第八课   我的家庭

一、会话

Hội thoại 1   Hỏi chuyện về gia đình

Hải: My ơi, em có thể giới thiệu mọi người trong gia đình em được không?

My: Được chứ anh. Nhà em có bốn người, bố mẹ em, em trai em và em. Bố em là kỹ sư xây dựng, mẹ em là kế toán, em trai em thì vẫn còn đang học lớp 8. Thế còn anh? Nhà anh có anh chị em không?

Hải: Anh có chị gái, chị ấy lớn hơn anh mười tuổi, có gia đình và hai con rồi. Còn bố mẹ anh thì về hưu hết rồi. Thế bố mẹ em có hay đi công tác không?

My: Bố em thường xuyên đi công tác xa nhà nên mọi việc trong gia đình đều do mẹ em quán xuyến. Thế bố mẹ anh bây giờ cũng chẳng phải lo gì nữa nhỉ?

Hải: Bây giờ bố mẹ anh chỉ quan tâm đến việc anh ra trường, có việc làm ổn định, cưới vợ nữa là xong. Thế nên nhiều lúc anh cảm thấy rất áp lực.

My: Học giỏi như anh chắc sẽ tìm được việc làm tốt, lo gì!

Hội thoại 2   Nói chuyện về sở thích của người thân trong gia đình

Chồng: Cuối tuần này em có bận gì không? Nếu không bận gì thì cuối tuần này cả gia đình mình đi du lịch đi.

Vợ: Đi đâu hả anh?

Chồng: Thì em chả bảo lâu rồi không đi biển, anh đặt mua 4 vé máy bay rồi, cuối tuần cả nhà đi Nha Trang chơi mấy hôm. Thế hai con cuối tuần không phải học thêm chứ?

Vợ: Không, cuối tuần này cô giáo có việc bận nên hai đứa được nghỉ. Chúng nó mà biết đi biển thì thích lắm đấy, hai đứa chẳng mong bố mẹ cho đi biển lâu lắm rồi còn gì.

Chồng: Ừ, à mà chiều mai anh đi đá bóng với anh em trong cơ quan, em tối mai có đi tập yoga không?

Vợ: Không, nhưng tối mai em hứa cho hai con đi xem phim rồi. Anh về sớm một tí, cả nhà mình cùng đi ăn với xem phim nhé.

Chồng: OK.

Hội thoại 3   Quan niệm về gia đình của người Việt Nam

Sinh viên: Thầy ơi, thầy cho em hỏi Quan niệm về gia đình của người Việt Nam như thế nào ạ?

Thầy: Quan niệm về gia đình của người Việt Nam cũng giống với người Trung Quốc thôi. Nhưng gia đình Việt Nam có đặc điểm là nhiều thế hệ sống chung trong một mái nhà, thường là ba thế hệ: Ông bà, bố mẹ, con cái. Trong gia đình, người chồng là người trụ cột.

Sinh viên: Thế một gia đình Việt Nam được phép sinh mấy con ạ?

Thầy: Ở Việt Nam, Chính phủ khuyến khích mỗi gia đình chỉ nên có một đến hai con. Nhưng có những gia đình có điều kiện, họ sinh đông con cho vui cửa vui nhà hoặc muốn sinh con trai để có người nối dõi.

二、拓展词汇

phòng khách	客厅	phòng ăn	餐厅
phòng ngủ	卧室	phòng bếp, nhà bếp	厨房
phòng tắm, nhà tắm	浴室	phòng đọc sách	书房
chuông cửa	门铃	đồ nội thất	家具
khu chung cư	小区	cầu thang	楼梯
bãi đỗ xe	停车场	sofa	沙发
tủ sách	书柜		

三、练习

1. 模仿情景一介绍自己的家庭情况。
2. 两人一组模仿情景三介绍中国人的家庭观念。

四、参考译文

情景一:谈论家庭情况

阿海:阿媚,你可以给大家介绍一下你的家庭吗?

阿媚:可以啊,我家有 4 口人,父母、弟弟和我。我父亲是建筑师,母亲是会计,我弟弟正在上初二。你呢?你有兄弟姐妹吗?

阿海:我有一个姐姐,她比我大 10 岁,成家了,有两个孩子。我父母都退休了。你父母经常出差吗?

阿媚:我父亲经常出差,所以家里的事都是母亲在操劳。那你父母现在也不需要操什么心了。

阿海:现在我父母只关心我毕业后能有稳定的工作和成家的事情,所以我很多时候感觉压力挺大的。

阿媚:你学习那么好,肯定能够找到一份好工作,操啥心呢!

情景二:谈论家庭成员的爱好

丈夫:这周末你忙啥呢?如果不忙,我们全家去旅游吧。

妻子:去哪里呢?

丈夫:你很久没去海边了,我买了四张飞机票,周末全家去芽庄玩儿几天。两个孩子周末不需要参加补习班学习了吧?

妻子:不用去,这个周末老师有事,所以他们两个休息。他们如果知道能去海边玩儿,肯定会喜欢得不得了呢!他们期待我们带他们去海边很久了。

丈夫:哦,明天下午我和单位里的哥们儿去踢场球,你明天晚上去练瑜伽吗?

妻子:不去,不过我答应了明晚和两个小孩去看电影了。你早一点儿回来,咱们全家一起去吃饭、看电影吧。

丈夫:好的。

情景三：越南人的家庭观念

学生：老师，请问越南人的家庭观念是怎样的呢？

老师：越南人的家庭观念和中国人的家庭观念是一样的，但越南人的家庭有个特点就是几代同堂，一般是三代：爷爷奶奶、爸爸妈妈和孩子们。丈夫在家里是顶梁柱。

学生：越南一个家庭能生几个孩子呢？

老师：在越南，政府鼓励每个家庭生1个到2个孩子。不过有些有条件的家庭会多生些孩子，增添欢乐，或者想生个男孩来延续香火。

扫码收看视频

Chủ đề 9　Quê hương tôi
第九课　我的家乡

一、会话

Hội thoại 1　Giới thiệu về quê hương

Cô:　Hải à, cô nghe nói nhà cháu ở Hà Nội. Cháu có thể giới thiệu cho cô biết về Hà Nội không?

Hải:　Vâng cô. Hà Nội là thủ đô của Việt Nam, cách Nam Ninh khoảng 450km cô ạ. Hà Nội có nhiều cảnh đẹp và đồ ăn thì rất ngon ạ.

Cô:　Thế Hà Nội có những cảnh đẹp nào hả cháu?

Hải:　Hà Nội có rất nhiều danh lam thắng cảnh như hồ Hoàn Kiếm, Nhà hát Lớn, Hoàng thành Thăng Long, Văn Miếu - Quốc Tử Giám, v.v, nhưng hồ Hoàn Kiếm là nơi mà ai đã từng tới Hà Nội cũng phải đến một lần cho biết cô ạ.

Cô:　Theo như cô biết thì đặc sản Hà Nội là phở bò đúng không cháu?

Hải:　Phở bò là món ăn ngon nổi tiếng ở Hà Nội cô ạ. Ngoài ra đặc sản Hà Nội còn có cốm làng Vòng, ô mai Hàng Đường, trà sen, đều có thể mua làm quà tặng người thân, bạn bè.

Cô: Khi nào có dịp cô nhất định phải đến Hà Nội chơi mới được.

Hải: Bao giờ cô đến Hà Nội, cô gọi cho cháu trước, cháu làm hướng dẫn viên dẫn cô đi chơi.

Cô: Nhất định thế nhé!

Hội thoại 2   Thói quen sinh hoạt của người Hà Nội

Định: Chị Thủy ơi, người Hà Nội có thói quen sinh hoạt gì khác với người Nam Ninh không?

Thủy: Nhiều chứ em, người Hà Nội có rất nhiều thói quen sinh hoạt độc đáo, không giống với người ở nơi khác.

Định: Khác nhau như thế nào hả chị?

Thủy: Người Hà Nội thích ăn phở vào buổi sáng, nhâm nhi tách cà phê trên hè phố. Cuối tuần thì đi bộ quanh hồ Gươm hoặc buổi chiều đi dạo quanh hồ Tây ngắm hoàng hôn.

Định: Em tuần sau sang Hà Nội chơi mấy hôm, chị có biết chỗ nào ở Hà Nội náo nhiệt nhất không?

Thủy: Náo nhiệt nhất chắc là khu phố cổ thôi, em đi chơi vui vẻ nhé.

Định: Em cám ơn chị.

Hội thoại 3   Phân cấp hành chính của Việt Nam

Việt: Thưa cô, cô có thể giới thiệu một chút về phân cấp hành chính của Việt Nam không ạ?

Cô: Hiện nay thì Việt Nam có 58 tỉnh và 5 thành phố trực thuộc Trung ương là Hà Nội, Hải Phòng, thành phố Hồ Chí Minh, Đà Nẵng và Cần Thơ. Hà Nội là Thủ đô của Việt Nam.

Việt: Thế dưới tỉnh và thành phố trực thuộc Trung ương là gì ạ?

Cô: Là huyện, quận, thị xã, thành phố trực thuộc tỉnh gọi chung là cấp huyện. Trong đó, quận không có trong tỉnh, chỉ áp dụng cho các đơn vị nội thành của thành phố trực thuộc Trung ương.

Việt: Thế dưới cấp huyện là gì ạ?

Cô: Là xã, phường, thị trấn gọi chung là cấp xã. Trong đó, phường không có trong huyện, xã không có trong quận, thị trấn chỉ có trong huyện.

Việt: Em cám ơn cô ạ.

二、拓展词汇

hoa màu	农作物	vườn cây ăn quả	果园
hái	采摘	cây ăn quả	果树
dưa hấu	西瓜	dừa	椰子
nho	葡萄，提子	đu đủ	木瓜
thanh long	火龙果	xoài	芒果
cam	橙子	quýt	橘子
quả vải	荔枝	quả kiwi	猕猴桃
quả nhãn	龙眼	quả roi	莲雾
quả óc chó	核桃	hồng	柿子

| mơ | 杏 | mận | 李子 |

三、练习

1. 两人一组模仿情景一介绍中国的一个城市。
2. 两人一组模仿情景二介绍各自家乡人的生活习惯。

四、参考译文

情景一：家乡简介

阿姨：阿海，我听说你家在河内，你可以给我介绍一下河内吗？

阿海：好的，河内是越南的首都，距离南宁大约 450 千米。河内有很多美景和美食哦。

阿姨：河内有哪些美景呢？

阿海：河内有很多名胜古迹，比如还剑湖、大剧院、升龙皇城和文庙-国子监等，而还剑湖是每个到河内的人都要去的地方呢。

阿姨：据我所知，河内特产是牛肉粉对吗？

阿海：牛肉粉是河内有名的美食，此外河内特产还有望村嫩糯米、糖街果脯和荷花茶，都可以作为礼物赠送给亲朋好友。

阿姨：有机会我一定要去河内玩儿才行。

阿海：您什么时候来河内，先打电话给我，我给您当导游。

阿姨：一言为定！

情景二：河内人的生活习惯

阿定：阿水，河内人有哪些和南宁人不一样的生活习惯呢？

阿水：很多啊，河内人有很多独特的生活习惯，和其他地方的人不一样。
阿定：怎么不一样呢？
阿水：河内人喜欢每天早上吃粉，喜欢在街边喝杯咖啡。周末去还剑湖周围散步，或者下午去逛西湖看落日。
阿定：我下周去河内玩儿几天，你知道河内的哪个地方最热闹吗？
阿水：最热闹的地方就是古街啦，祝你玩儿得开心哦。
阿定：谢谢你。

情景三：越南的行政区划

小越：老师，您可以介绍一下越南的行政区划吗？
老师：目前越南有58个省和5个中央直辖市，分别是河内、海防、胡志明市、岘港和芹苴。河内是越南的首都。
小越：那省和中央直辖市以下是什么呢？
老师：县、郡、县级市和省直管市都属于县级。其中省级不设郡，只有中央直辖市的市内才有郡。
小越：那县级以下是什么呢？
老师：乡、坊（街道）和镇都属于乡级。其中县级不设坊，郡级不设乡，只有县才设镇。
小越：谢谢老师。

扫码收看视频

Chủ đề 10   Bạn bè
第十课   朋友

一、会话

Hội thoại 1   Bạn của tôi

Huyền: Bạn thân của Tuấn có phải tên là Hằng không?

Tuấn: Ừ đúng rồi, sao Huyền biết?

Huyền: Hôm trước Huyền thấy Hằng đi mua đồ ăn cùng với Tuấn mà. Thế Tuấn và Hằng chơi với nhau lâu chưa?

Tuấn: Cũng được 6 năm rồi. Hằng hiền và tốt tính lắm, chả bao giờ bắt nạt Tuấn cả, ngoại trừ tính hay ăn vặt.

Huyền: Huyền có gặp Hằng 1-2 lần rồi. Hằng dáng người nhỏ bé, tóc ngắn, da trắng trông dễ thương. Thế Tuấn có biết sở thích của Hằng là gì không?

Tuấn: Cái đấy đương nhiên là biết. Hằng thích nhất là ăn nem chua rán, khoai tây chiên, trà sữa. Còn ghét thì chắc là ghét bị làm phiền lúc đang ngủ.

Huyền: Không hổ danh là chơi với nhau 6 năm trời, hai người đúng là hiểu nhau thật!

Hội thoại 2   Giới thiệu bạn bè

Hải: Hôm trước anh thấy em chụp ảnh với ai nhìn xinh thế, bạn cùng lớp à?

Lan: À, là cái Giang. Anh thấy nó xinh à, có cần em giới thiệu cho không?

Hải: Có chứ, mà nó là bạn em tại sao trước đây anh chưa gặp bao giờ nhỉ?

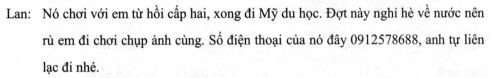

Lan: Nó chơi với em từ hồi cấp hai, xong đi Mỹ du học. Đợt này nghỉ hè về nước nên rủ em đi chơi chụp ảnh cùng. Số điện thoại của nó đây 0912578688, anh tự liên lạc đi nhé.

Hải: Thế nó có dùng QQ hay Wechat không?

Lan: Đây, số QQ của nó là 102355689, còn số Wechat là số điện thoại của nó luôn.

Hải: Tối nay anh mời hai đứa đi uống trà sữa. Tiện thể làm quen luôn.

Lan: Nhất trí.

Hội thoại 3   Quan hệ giữa bạn bè

Mẹ: Mẹ thấy bố bảo con trọ ở ngoài với Quang và Hùng à?

Con: Dạ vâng ạ, ở trong kí túc xá trường con thấy không thoải mái nên ra ngoài trọ.

Mẹ: Thế hai đứa nó có tốt với con không?

Con: Tốt, mẹ ạ. Quang với Hùng lễ phép,

học giỏi lại chăm chỉ nữa, ở cùng với chúng nó việc học hành của con chắc chắn sẽ có tiến bộ. Hơn nữa, chúng nó còn rất sạch sẽ, biết quan tâm tới bạn bè xung quanh.

Mẹ: Nếu thế thì tốt, bạn bè ở cùng nhau phải biết quan tâm, chăm sóc lẫn nhau, học hành cho tốt. Có cần mua cái gì thì bảo với bố mẹ, biết không?

Con: Dạ, con biết rồi mẹ ạ.

二、拓展词汇

bạn trai	男朋友	bạn gái	女朋友
hữu nghị	友谊	giữa bạn bè	朋友之间
bạn bè thân thiết	亲密朋友	trở thành bạn bè	成为朋友
người yêu	恋人	người quen	熟人
người lạ	陌生人	đồng nghiệp	同事
chồng sắp cưới, hôn phu	未婚夫	vợ sắp cưới, hôn thê	未婚妻
cắt đứt tình bạn	断绝友谊	yêu nhau	相爱
đám cưới	婚礼		

三、练习

1. 模仿情景一介绍自己生活中的一个好朋友。
2. 两人一组模仿情景二把自己的朋友介绍给别人认识。

四、参考译文

情景一：我的朋友

阿玄：阿俊，你的好友是不是叫阿恒？
阿俊：对啊，阿玄，你怎么知道的？
阿玄：前几天我看到阿恒和你一起去买吃的嘛。你和阿恒一起玩儿多久了呢？
阿俊：有6年了。阿恒很贤惠，性格很好，从来不会欺负我，她喜欢吃零食。
阿玄：我碰到过阿恒一两次了。阿恒身材娇小，短发肤白，看起来很可爱。你知道阿恒的爱好是什么吗？
阿俊：当然知道啦。阿恒最喜欢炸酸春卷、薯条和奶茶。她最不喜欢的就是睡觉的时候被别人吵到。
阿玄：不愧是在一起玩儿了6年的朋友哦！

情景二：介绍朋友

阿海：前几天我看到你跟一个美女照相，是你同班同学吗？
阿兰：哦，那是阿江。你觉得她漂亮呀？需要我介绍给你吗？
阿海：好啊，她是你同学呀，为啥以前都没见过她呢？
阿兰：她从初中开始就跟我在一起玩儿，后来去了美国留学，这次暑假回国约我一起出去玩儿、拍照。她的电话号码是0912578688，你自己跟她联系呗。
阿海：她用QQ或者微信吗？
阿兰：用的，她的QQ号码是102355689，微信号和电话号码一样。
阿海：今晚我请你们两个去喝奶茶，顺便认识认识。
阿兰：没问题。

情景三：朋友间的相处方式

妈妈：我听你老爸说，你和阿光、阿雄在外面租房住呀？

儿子：是的，在学校的宿舍我觉得不舒服，因此到外面住。

妈妈：那他们两个对你好吗？

儿子：他们对我很好。阿光和阿雄很有礼貌，不仅学习好，还很刻苦，和他们两个在一起我的学习一定会有进步的。而且，他们还很爱干净，懂得关心周围的同学。

妈妈：那就好，同学之间要互相关心、互相照顾，把学习搞好。需要买些什么就告诉爸爸妈妈，懂了吗？

儿子：好的，明白啦。

扫码收看视频

Chủ đề 11   Sở thích của bản thân
第十一课   个人爱好

一、会话

Hội thoại 1   Âm nhạc

Hải: Chị có thích nghe nhạc không chị Lan?

Lan: Có chứ. Còn em?

Hải: Em cũng thích nghe nhạc. Chị thích nghe thể loại nhạc nào?

Lan: Chị thích nhạc trẻ vì giai điệu đơn giản, dễ nghe, đặc biệt là những bài hát về tình yêu. Thế em thì sao?

Hải: Em thì thích nhạc Rock vì sự mạnh mẽ, dữ dội. Đơn giản là mỗi lần nghe, em như được cháy hết mình trong âm nhạc. Chị thích ca sĩ nào nhất?

Lan: Chị thích nhạc của Sơn Tùng, Bích Phương. Còn em chắc chắn thích ban nhạc Rock Bức Tường rồi?

Hải: Đúng rồi chị. Bức Tường là ban nhạc Rock số 1 Việt Nam mà.

Hội thoại 2 Đọc sách báo

Phong: Yến ơi, ngày mai cậu đi mua sách với tớ không?

Yến: Cậu mua sách gì? Sáng mai tớ có việc bận rồi, chiều mai có được không?

Phong: Cũng được, tớ mua sách tiếng Anh. Năm sau tớ muốn xin học bổng đi du học nhưng tiếng còn kém quá.

Yến: Tớ nghĩ ngoài việc đọc sách, cậu nên đăng ký đi học thêm. Chiều mai tớ sẽ giúp cậu chọn một số cuốn sách tốt, tiện thể tớ mua luôn vài quyển tiểu thuyết về đọc.

Phong: Thế chiều mai 5 giờ đợi tớ trước cửa hiệu sách Bách Khoa nhé.

Yến: Được, tớ sẽ đến đúng giờ.

Hội thoại 3 Nấu ăn

Linh: Chị Hương cuối tuần này đi học nấu ăn với em không? Em mới đăng ký một khóa học nấu ăn.

Hương: Tiếc thế, cuối tuần này chị lại bận mất rồi. Em thử rủ Chi đi cùng xem, hôm trước chị thấy nó bảo cũng đang muốn học nấu ăn.

Linh: Em vừa hỏi nó xong, nó bảo nó đi học được mấy buổi rồi. Kiểu này em đi học một mình chán chết.

Hương: Mà sao dạo này các em đi học nấu ăn nhiều thế, chuẩn bị lấy chồng hết rồi à?

Linh: Cũng không hẳn chị ạ. Một là em muốn học cách nấu các món mới, hai là em đang định mở một quán ăn nhỏ ở gần nhà.

Hương: À, ra thế, sắp làm bà chủ rồi đấy.

Hội thoại 4   Nhiếp ảnh

Linh: Tuần sau nhà trường tổ chức một cuộc thi nhiếp ảnh bằng máy di động có tên: "Phong thái sinh viên". Cậu có tham gia không?

Phong: Có chứ. Sở thích của tớ là chụp ảnh mà, nghe nói cuộc thi lần này giải nhất được 2 triệu đấy. Tớ 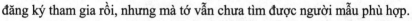 đăng ký tham gia rồi, nhưng mà tớ vẫn chưa tìm được người mẫu phù hợp.

Linh: Tớ có thể giúp cậu được đấy, cuối tuần này tớ rảnh.

Phong: Có cậu giúp thì quá tuyệt rồi. Thế cuối tuần này chúng mình đi các điểm đẹp trong trường chụp ảnh nhé. Cậu mà làm mẫu thì lần này khả năng cao là tớ có giải đấy.

Linh: Nếu cậu đoạt giải thì phải khao đấy nhé!

Phong: Tất nhiên rồi.

二、拓展词汇

hát	唱歌	đánh cờ	下棋
múa	跳舞	chạy bộ	跑步
đọc sách	看书	xem phim	看电影
trồng hoa	养花	sưu tập tem	集邮

cắt giấy	剪纸	viết văn	写作
tập thể dục	运动，做体操	dạo phố	逛街
vẽ tranh	画画	đi xe đạp	骑车
nuôi thú cảnh	养宠物	nấu ăn	烹饪
trượt patin	轮滑	đá bóng	踢球

三、练习

请根据以下情景用越南语进行对话：

小明在回宿舍的路上遇到刚认识不久的越南朋友青海，闲聊时小明和青海互相讲述了自己的爱好。青海很喜欢听音乐，他觉得听音乐能让自己身心愉悦。小明也喜欢听音乐，想让青海向自己推荐一些越南歌手和他们的歌曲。

四、参考译文

情景一：音乐

阿海：兰姐，你喜欢听音乐吗？

阿兰：喜欢呀，你呢？

阿海：我也喜欢听音乐，你喜欢听哪类音乐呢？

阿兰：我喜欢流行音乐，旋律简单，好听，特别是一些爱情歌曲。那你呢？

阿海：我喜欢摇滚乐，劲爆，狂热。每次听摇滚，我都感觉自己燃爆在音乐当中。你最喜欢哪个歌手呢？

阿兰：我喜欢山松和碧芳的音乐。你一定喜欢墙乐队的摇滚对吗？

阿海：对啊，墙是越南头号摇滚乐队。

情景二：阅读

阿峰：阿燕，明天你跟我去买书好吗？
阿燕：你买什么书呢？我明天上午有事，下午可以吗？
阿峰：也行，我要买英语书。明年我打算申请留学奖学金，但英语太差了。
阿燕：我想除了看书，你还应该报个补习班。明天下午我帮你选一些好书，顺便买几本小说来看。
阿峰：那明天下午 5 点在百科大学书店门前等我吧。
阿燕：好的，我准时到。

情景三：烹饪

阿玲：香姐，你这个周末和我一起去学烹饪吗？我刚报名去上烹饪课。
阿香：太遗憾了，这个周末我很忙。你约阿芝去吧，前几天她说也想学烹饪呢。
阿玲：我刚问过她，她说已经去听了几节课啦。我自己一个人去学无聊死了。
阿香：为啥最近你们那么多人都去学烹饪啊，是准备嫁人了吗？
阿玲：也不完全是啦。一是我想学做新的菜，二是我正打算在我家附近开一家小餐馆。
阿香：哦，原来是这样呀，准备做老板娘了。

情景四：摄影

阿玲：下周学校将组织一次名为"大学生风采"手机摄影比赛，你参加吗？
阿峰：必须参加呀，我的爱好是摄影嘛。听说这次比赛一等奖将获得 200 万越南盾。我已经报名参加了，但是我还没找到合适的模特。
阿玲：我可以帮你啊，这周末我有空。

阿峰：有你的帮助那就太棒啦，那这个周末我们找校园里的美景拍照吧。你做模特的话，我们这次很有可能拿奖哦。

阿玲：如果你拿奖，得慰劳我哦！

阿峰：那是必须的。

Chủ đề 12　Lý tưởng
第十二课　理想

扫码收看视频

一、会话

Hội thoại 1　Lý tưởng của tôi

Linh:　Phong ơi, lý tưởng của em là gì?

Phong:　Lý tưởng sau này của em là trở thành một doanh nhân thành đạt chị ạ. Còn chị?

Linh:　Lý tưởng của chị là làm giáo viên vì đây là nghề được nhiều người kính trọng. Từ khi còn nhỏ, chị đã có ước muốn được dạy dỗ các em nhỏ. Còn em, tại sao em lại muốn trở thành một doanh nhân thành đạt?

Phong:　Em rất ngưỡng mộ doanh nhân Phạm Nhật Vượng, sau khi trở về nước chú ấy đã đóng góp rất nhiều công sức để phục vụ đất nước, xã hội mình.

Linh:　Đúng rồi, chị cũng có nghe nói chú ấy sắp cho ra mắt mẫu xe ô tô của người Việt.

Phong:　Chú ấy mong muốn Việt Nam cũng có những sản phẩm tương tự mang bản sắc của người Việt. Em cũng muốn sau này được như chú ấy.

Linh: Thế chị chúc em học tập tiến bộ, đạt thành tích tốt, tiến gần hơn tới lý tưởng của mình.

Phong: Em cám ơn chị.

Hội thoại 2   Thực hiện lý tưởng

Khải: Lý tưởng của em sau này là gì hả Thanh?

Thanh: Lý tưởng của em là trở thành bác sĩ anh ạ. Còn anh?

Khải: Anh thì muốn trở thành một nhà toán học. Anh đặc biệt thích làm toán. Hồi lớp ba, anh đã làm được toán lớp 5 rồi. Còn em, tại sao lại muốn làm bác sĩ?

Thanh: Bố mẹ em là bác sĩ nên tất nhiên bố mẹ mong em sau này kế nghiệp làm bác sĩ. Hơn nữa, bác sĩ có thể cứu giúp được rất nhiều người.

Khải: Thế em đã làm gì để thực hiện lý tưởng của mình?

Thanh: Em tham gia rất nhiều hoạt động tình nguyện như hiến máu nhân đạo, ủng hộ chương trình "Trái tim cho em" hoặc các chiến dịch khám miễn phí cho trẻ em ở vùng cao. Còn anh, anh làm gì để thực hiện lý tưởng của mình?

Khải: Anh tham gia vào Viện Toán học do giáo sư Ngô Bảo Châu thành lập, kết bạn với những người có cùng chí hướng. Anh mong ước toán học Việt Nam ngày càng có chỗ đứng trên thế giới.

Thanh: Em tin sau này anh chắc chắn sẽ là một nhà toán học nổi tiếng.

Khải: Em cũng sẽ trở thành một bác sĩ giỏi, anh em mình cùng cố gắng nhé!

Thanh: Chúc cho chúng ta đều thực hiện được lý tưởng của mình.

Chủ đề 12　Lý tưởng　第十二课　理想

Hội thoại 3　Nghề nghiệp lý tưởng của người Việt Nam

Sinh viên:　Cô ơi, theo cô nghề nghiệp lý tưởng của người Việt Nam là gì ạ?
Cô:　Trước đây, đa số người Việt Nam thích làm giáo viên, bác sĩ, vì họ cho rằng đó là những nghề được cả xã hội kính trọng, đóng góp cho sự nghiệp giáo dục và sự nghiệp chăm sóc sức khỏe cộng đồng.
Sinh viên:　Thế còn hiện nay thì sao ạ?
Cô:　Hiện nay, các bạn trẻ thích làm phi công, tiếp viên hàng không hay làm doanh nhân vì có thu nhập cao, lại thường xuyên được đi khắp đó đây.
Sinh viên:　Thế ạ, em cũng muốn trở thành một doanh nhân đấy ạ.
Cô:　Cô chúc em thực hiện được lý tưởng của mình. Cố lên nhé!
Sinh viên:　Vâng, em cảm ơn cô ạ.

二、拓展词汇

phóng viên	记者	công chức, viên chức	公务员
người bán hàng	售货员	kỹ sư	工程师
tổng giám đốc	总裁	thư ký	秘书
kiến trúc sư	建筑师	thợ cắt tóc	理发师
kế toán	会计	hướng dẫn viên du lịch	导游
kỹ thuật viên máy tính	电脑技术员		
người đưa hàng	送货员	thợ may	裁缝
đầu bếp	厨师	luật sư	律师

nhà chính trị	政治家	quan tòa, thẩm phán	法官
nhà văn	作家	diễn viên	演员
đạo diễn	导演	vận động viên	运动员

三、练习

请根据以下情景用越南语进行对话：

青海是一名在中国学习中文的越南留学生，他从小的愿望就是成为一名老师。现在越南有很多人想学习中文，于是他想毕业后回越南开一家中文培训机构，当一名中文老师。为了实现他的理想，他计划本科毕业后继续在中国读研。小明鼓励他，希望青海能够实现他的理想。

四、参考译文

情景一：我的理想

阿玲：阿峰，你的理想是什么呢？

阿峰：我的理想是成为一名成功的企业家。你呢？

阿玲：我的理想是成为一名教师，这是很受人尊重的职业。从小我就有个愿望可以教小朋友。那你为什么想成为一名成功的企业家呢？

阿峰：我很仰慕企业家范日旺，回国后他为祖国、为社会做出了很大的贡献。

阿玲：是的，我也听说他即将设计出我们越南人自己的汽车品牌。

阿峰：他希望越南也有类似产品。我也希望自己今后能和他一样。

阿玲：祝你学习进步，取得好成绩，朝着自己的理想更进一步。

阿峰：谢谢你。

情景二：理想的实现

阿凯：阿青，你将来的理想是什么呢？
阿青：我的理想是成为一名医生，你呢？
阿凯：我想成为一名数学家，我特别喜欢数学，三年级的时候，我已经可以做五年级的数学题了。你呢？为什么想成为一名医生呢？
阿青：我父母都是医生，他们希望我子承父业。而且，医生可以救助很多人。
阿凯：那你为了自己的理想都做了什么呢？
阿青：我参加了很多志愿者活动，比如无偿献血，支持"献爱心"活动，参加为山区儿童义诊活动，等等。你呢？你为了自己的理想都做了什么呢？
阿凯：我参加了由吴宝珠教授成立的数学研究院，交了一些志同道合的朋友。我希望越南的数学在世界有一席之地。
阿青：我相信今后你一定能够成为一名著名的数学家。
阿凯：你也会成为一名出色的医生，我们一起努力吧！
阿青：祝我们都能实现自己的理想。

情景三：越南人的理想职业

学生：老师，您认为越南人的理想职业是什么呢？
老师：以前，大多数越南人喜欢做老师和医生，因为他们认为这些职业为教育事业和社会健康事业做出了贡献，并得到社会的尊重。
学生：那现在呢？
老师：如今年轻人喜欢做飞行员、空乘或者企业家，因为收入高，而且还可以到处走走。
学生：哦，我也想成为企业家呢。
老师：祝你能实现自己的理想，加油哦！
学生：好的，谢谢老师！

Chủ đề 13　　Hỏi đường
第十三课　　问路

扫码收看视频

一、会话

Hội thoại 1　　Hỏi đường trong trường

Sinh viên:　Cháu chào chú ạ. Chú ơi, chú cho cháu hỏi đến cổng Đông đi như thế nào ạ, cách đây có xa không ạ?

Chú:　Cổng Đông à, từ đây đi chắc mất 15 phút. Cháu đi thẳng đến ngã tư trước mặt, rẽ trái xong đi tiếp 500m thấy ngân hàng Trung Quốc thì đấy chính là cổng Đông.

Sinh viên:　Thế cổng Đông cách cổng Bắc có xa không ạ?

Chú:　Xa đấy cháu, từ cổng Đông sang cổng Bắc phải mất ít nhất là 20 phút đi bộ, tốt nhất là cháu nên ngồi xe điện của trường.

Sinh viên:　Dạ vâng, cháu cám ơn chú ạ.

Hội thoại 2   Hỏi đường ngoài phố

Sinh viên: Chú ơi, chú cho cháu hỏi từ trường Đại học Dân Tộc Quảng Tây đi đến trung tâm thương mại Vạn Tượng Thành thì đi như nào ạ?

Chú: Đi trung tâm thương mại Vạn Tượng Thành có hai cách đi. Cách thứ nhất cháu có thể ra cổng Đông đi tuyến xe buýt số 76, vé rẻ chỉ 2 tệ nhưng mất khoảng 1 tiếng 40 phút.

Sinh viên: Thế còn cách hai ạ?

Chú: Cách hai là cháu đi tàu điện ngầm, đắt hơn một chút nhưng rất nhanh, chỉ khoảng 50 phút là đến nơi.

Sinh viên: Thế cháu đi bằng tàu điện ngầm ạ. Cháu sợ bây giờ tan tầm, đi bằng xe buýt bị tắc đường.

Chú: Chú cũng nghĩ cháu nên đi bằng tàu điện ngầm.

Sinh viên: Dạ vâng. Cháu cám ơn chú ạ.

Hội thoại 3   Hỏi đường ở Việt Nam

Hải: Chị ơi, chị cho em hỏi đến bến xe Mỹ Đình đi như thế nào ạ?

Lan: Em đi thẳng đến ngã tư trước mặt rồi rẽ phải, đi tiếp 800m nữa là đến.

Hải: Em nghe nói bến xe Mỹ Đình có hai

cổng A và B, cổng B nó ở đâu ạ?

Lan: Từ cổng A rẽ trái đi lên 300 mét nữa là cổng B đấy. Nhưng theo chị nhớ thì cổng A là cổng vào, còn cổng B là cổng ra. Em phải xem kĩ đấy nhé.

Hải: Dạ, em cám ơn chị ạ.

Lan: Không có gì đâu em.

二、拓展词汇

về phía Bắc	向北	về phía Nam	向南
về phía Đông	向东	về phía Tây	向西
đi ra ngoài	出去	xuyên qua	穿过
ngang qua	横过	gần	近
đi vào	进入	đi lên	往上走
đi xuống	往下走	quay lại	回头,往回走
về phía trước	向前	đi thẳng	直走
bên trong	在里面	bên ngoài	在外面
ở phía trước	在……前面	ở cuối	在……尽头
về bên phải	向右	về bên trái	向左

三、练习

请根据以下情景用越南语进行对话:

阿龙是来自越南的留学生,他第一天到学校报到,想从下图中的学校大门 A 点到宿舍楼门口 B 点。由于对学校不熟悉,需要问路,他正好碰到越南语专业的小明,小明为青海指出详细的路线。

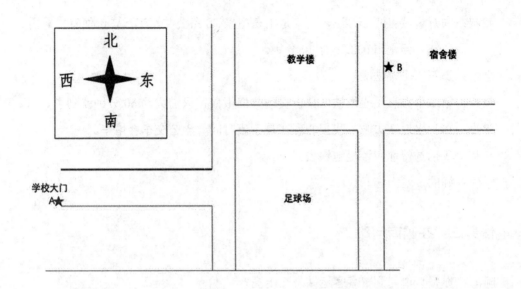

四、参考译文

情景一:在校园里问路

学生:叔叔您好,请问到东门怎么走呢?离这里多远?

叔叔:从这里到东门要 15 分钟,你直走到前面的十字路口,往左拐再走 500 米,看到中国银行就是东门了。

学生:东门离北门多远呢?

叔叔:远着呢,从东门到北门走路至少要花 20 分钟,你最好坐校园里的电瓶车去。

学生:好的,谢谢您!

情景二:在街上问路

学生:叔叔您好,请问从广西民族大学到万象城怎么走呢?

叔叔：去万象城有两个办法，一个是出东门坐76路公共汽车，票价便宜，只需2块钱，但是得花1小时40分钟。

学生：那第二个办法呢？

叔叔：第二个办法是坐地铁，票价贵一些但很快，只需大约50分钟就到了。

学生：那我坐地铁去吧，我担心现在是下班时间，坐公交车会堵车。

叔叔：我也觉得你应该坐地铁去。

学生：好的，谢谢您！

情景三：在越南问路

阿海：你好！请问到美亭客运站怎么走呢？

路人：你直走到前面的十字路口然后右拐，再走800米就到了。

阿海：我听说美亭站有两个门，A门和B门，B门在哪里呢？

路人：从A门左拐上去300米就到B门了，但是我记得A门是入口，B门是出口，你要看清楚哦。

阿海：好的，谢谢你！

路人：不客气。

扫码收看视频

Chủ đề 14 Giao thông
第十四课 交通

一、会话

Hội thoại 1   Tàu điện ngầm

Hải: Trúc ơi, ở Nam Ninh có mấy tuyến tàu điện ngầm?

Trúc: Hiện nay Nam Ninh có 2 tuyến tàu điện ngầm đã được đưa vào sử dụng. Còn tuyến số 3 đang hoàn thiện.

Hải: Thế anh muốn đến Lãnh sự quán Việt Nam thì anh phải đi tuyến số mấy và xuống ở ga nào?

Trúc: Anh đi tuyến số 1 đến ga Quảng trường Kim Hồ, ra cửa A đi bộ thêm 15 phút nữa là đến.

Hải: Từ trường Đại học Dân Tộc Quảng Tây đi đến đấy thì mất khoảng bao lâu?

Trúc: Khoảng 35 phút anh ạ.

Hải: Cám ơn em nhiều nhé !

Trúc: Không có gì đâu anh.

Hội thoại 2   Xe buýt

Sinh viên: Bác ơi, bác cho cháu hỏi, từ đây đến trường Đại học Dân tộc Quảng Tây đi tuyến xe buýt số bao nhiêu ạ?

Bác: Từ đây đến trường Đại học Dân Tộc Quảng Tây, cháu có thể đi tuyến xe buýt số 76.

Sinh viên: Đi khoảng bao lâu thì đến nơi ạ?

Bác: Chắc khoảng 1 tiếng rưỡi, hơi lâu đấy.

Sinh viên: Thế bến xe buýt cách đây có xa không ạ?

Bác: Cháu đi thêm khoảng 500m nữa là đến.

Sinh viên: Cháu cám ơn bác ạ.

Bác: Không có gì.

Hội thoại 3   Tàu cao tốc

Hải: Tiên ơi, ngày mai tớ sang Côn Minh chơi, từ Nam Ninh đi tàu cao tốc sang Côn Minh mất bao lâu nhỉ?

Tiên: Khoảng 4 tiếng rưỡi. Cậu mua vé chưa?

Hải: Tớ chưa. Tí nữa tớ mới đi mua, mà cậu có biết giá vé là bao nhiêu không?

Tiên: 262 tệ. Tháng trước tớ vừa mới sang đấy chơi xong.

Hải: Hay ngày mai cậu cũng đi cùng tớ cho vui, tớ đi một mình buồn quá.
Tiên: Tiếc thế, cậu không nói sớm. Mai tớ có việc bận mất rồi. Thôi để lần sau vậy.
Hải: Ừ, lần sau nhất định cùng đi nhé!
Tiên: Ừ, hẹn cậu lần sau.

二、拓展词汇

phòng tư vấn	问询处	sảnh chờ	大厅
ga	火车站	phòng bán vé bổ sung	补票处
cửa soát vé	检票口	toa ăn	餐车
ghế mềm	软座	ghế cứng	硬座
đèn giao thông	红绿灯	đèn đỏ	红灯
đèn xanh	绿灯	cảnh sát giao thông	交警
an toàn giao thông	交通安全	bằng lái	驾驶证
vé một chiều	单程票	vé khứ hồi	往返票
vé giường nằm	卧铺票	gửi vận chuyển	托运
kiểm tra	检查	phí bảo hiểm	保险费

三、练习

请根据以下情景用越南语进行对话：

小明的越南朋友阿龙在广西民族大学留学，他需要到南宁市金湖广场的越南驻南宁总领事馆办理签证，阿龙向小明询问如何乘坐公共交通工具到达金湖广场，小明通过高德地图查询之后向阿龙解释了乘车路线、乘车时长和票价（如下图）。

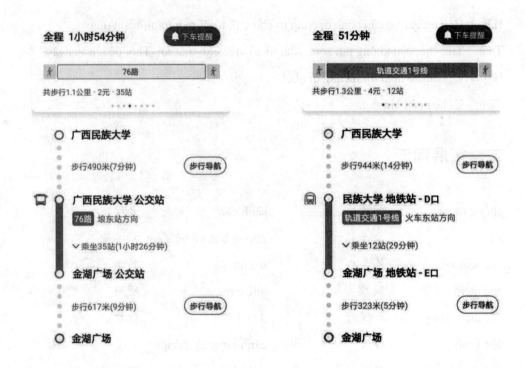

四、参考译文

情景一：地铁

阿海：阿竹，南宁有几条地铁线呢？

阿竹：现在南宁有两条地铁线已经投入运营，还有一条 3 号线正在完善当中。

阿海：我想到越南领事馆，要乘坐哪条地铁线在哪个站下车呢？

阿竹：你乘坐 1 号线到金湖广场站下车，A 出口出去再步行 15 分钟就到了。

阿海：从广西民族大学到那里大约需要多长时间呢？

阿竹：大约 35 分钟。

阿海：非常感谢你！

阿竹：不客气。

情景二：公共汽车

学生：请问大伯，从这里到广西民族大学乘坐几路公共汽车呢？

大伯：从这里到广西民族大学可以乘坐76路公共汽车。

学生：多久才到目的地呢？

大伯：大约一个半小时，有点远哦。

学生：公交车站离这里远吗？

大伯：你再走大约500米就到了。

学生：谢谢您！

大伯：不客气！

情景三：动车

阿海：阿仙，明天我去昆明玩儿，从南宁乘坐动车到昆明需要多长时间呢？

阿仙：大约4个半小时，你买票了吗？

阿海：还没买呢，一会儿我再去买，你知道票价是多少吗？

阿仙：262元，上个月我刚去那里玩儿过。

阿海：那你明天和我一起去呗，我一个人去太无聊啦。

阿仙：很遗憾，你不早说，我明天有事要忙啦，下次呗。

阿海：哦，下次一定一起去哦！

阿仙：好的，下次约！

扫码收看视频

Chủ đề 15   Ẩm thực
第十五课   饮食

一、会话

Hội thoại 1   Ở nhà hàng

Hải: Chị Lan thích ăn gì cứ gọi tự nhiên, bữa này em mời.

Lan: Chị đã từng ăn ở quán này rồi. Món ăn phong phú nhưng hơi đắt. Em xem qua thực đơn đi.

Hải: Chị ăn ở đây rồi nên chắc biết món nào ngon, chị tư vấn cho em với.

Lan: Ở đây có món thịt bò hầm rất ngon. Ngoài ra còn có nem hải sản, miến trộn cũng được nhiều người thích.

Hải: Thế em sẽ gọi một suất thịt bò hầm với nước ép táo. Còn chị ăn gì?

Lan: Chị không đói lắm, chị sẽ gọi một suất miến trộn ăn kèm với rau sống.

Hội thoại 2   Ẩm thực Việt Nam

Cô: Em có thể giới thiệu cho cô biết về ẩm thực Việt Nam được không?

Sinh viên: Được chứ cô. Ẩm thực Việt Nam rất phong phú và đa dạng nhưng nổi tiếng nhất là phở bò, nem rán và các loại bánh đặc sản vùng.

Cô: Hình như khẩu vị của người Việt Nam là thích ăn nhạt?

Sinh viên: Khẩu vị của người Việt Nam tương đối giống người Quảng Đông. Đa số người Việt Nam thích ăn nhạt, đồ ăn ít dầu mỡ.

Cô: Thế người Việt Nam có thích ăn cay không?

Sinh viên: Có cô ạ, nhất là ở miền Trung Việt Nam, họ có thể ăn nguyên cả quả ớt tươi.

Cô: Tuần sau cô sang Việt Nam công tác mấy hôm. Có thời gian rảnh, em dẫn cô đi thưởng thức ẩm thực Việt Nam nhé.

Sinh viên: Chắc chắn là như thế ạ!

Hội thoại 3   Ẩm thực Trung Quốc

Hải: Nga ơi, cậu thấy ẩm thực Trung Quốc như thế nào?

Nga: Tớ thấy ẩm thực Trung Quốc rất phong phú, miền Bắc và miền Nam không giống nhau.

Hải: Thế miền Bắc Trung Quốc với miền Nam Trung Quốc có gì khác nhau?

Nga: Miền Bắc Trung Quốc thì hay ăn mỳ, bánh bao còn miền Nam Trung Quốc thì lấy cơm làm món chính trong bữa ăn hàng ngày.

Hải: Tớ nghe nói người Trung Quốc không hay dùng nước mắm để nấu ăn?

Nga: Đúng vậy, họ dùng xì dầu thay cho nước mắm. Xì dầu chủ yếu được làm từ đậu tương, khác với nước mắm được làm từ cá.

Hải: Cậu có thể giới thiệu cho tớ một số món ăn nổi tiếng của Trung Quốc không?

Nga: Quảng Đông có, thịt xá xíu. Chiết Giang thì có món tôm nõn Long Tỉnh. Hồ Nam nổi tiếng nhất là đậu phụ thối. Vân Nam là món ớt xào thịt trâu khô, còn rất nhiều món nổi tiếng khác nữa.

Hải: Ẩm thực Trung Quốc đúng là rất phong phú!

Hội thoại 4 Cơm tự chọn

Hải: Nhung ơi, tối nay em có rảnh không?

Nhung: Tối nay em rảnh. Có việc gì thế anh?

Hải: Anh định rủ em đi ăn cơm tự chọn.

Nhung: Ăn ở đâu hả anh?

Hải: Ở nhà hàng Sen Tây Hồ. Em biết chỗ đó không? Cơm tự chọn ở đấy ngon có tiếng đấy em.

Nhung: À, em có nghe nói. Nhà hàng Sen Tây Hồ có thực đơn hơn 150 món rất phong phú, có món ăn Âu–Á, kết hợp thêm các món ăn truyền thống của Việt Nam. Nhưng không biết có đắt không anh nhỉ?

Hải: Không đắt lắm đâu em. Bình thường một người ăn giá từ 230.000 cho đến 420.000. Thỉnh thoảng đi ăn cơm tự chọn đổi khẩu vị cũng hay. Thế tối nay 7 giờ anh qua đón em nhé!

Nhung: Dạ vâng.

二、拓展词汇

quán ăn vặt	小吃店	quán ăn Trung Quốc	中餐馆
quán ăn Tây	西餐馆	nhà hàng	酒楼
quán ăn nhanh	快餐店	quán ăn Hồ Nam	湘菜馆
quán ăn Quảng Đông	粤菜馆	quán lẩu	火锅城
tiệc	宴会	gà xào Cung Bảo	宫保鸡丁
đậu phụ Tứ Xuyên	麻婆豆腐	thịt sợi ngư hương	鱼香肉丝
thịt cừu xiên nướng	羊肉串	vịt quay	烤鸭
thịt thăn xào chua ngọt	糖醋里脊	thịt bò thiết bản	铁板牛柳
món nóng	热菜	món nguội	冷菜
nhân viên phục vụ	服务员		

三、练习

请根据以下情景用越南语进行对话：

小红和小明第一次到一家越南餐厅用餐，他们看了菜单之后想让服务员推荐餐厅的特色菜。服务员推荐了菜单上的一些农家菜，小红和小明决定尝试，并另外点了虾、青菜和两杯果汁，果汁不加冰。结束用餐后付款，并要求服务员打包未吃完的食物。

四、参考译文

情景一：在餐馆里

阿海：兰姐，喜欢吃什么随意点哦，这顿饭我请客。

阿兰：我在这家餐馆吃过啦，品种丰富，不过有点儿贵，你看看菜单吧。

阿海：你在这里吃过，那一定知道哪个好吃，你帮忙看一下。
阿兰：这里的炖牛肉很香，此外海鲜春卷和干捞粉丝也很受欢迎。
阿海：那我来一份炖牛肉和苹果汁吧，你吃什么呢？
阿兰：我不是很饿，来一份干捞粉丝配生菜就好了。

情景二：越南的饮食

老师：你可以给我介绍一下越南的饮食吗？
学生：可以。越南美食品种丰富，不过最有名的是牛肉粉、炸春卷和各地的特产点心。
老师：好像越南人的口味偏淡？
学生：越南人的口味和广东人的口味差不多。大多数越南人喜欢清淡，炒菜少放油。
老师：那越南人喜欢吃辣吗？
学生：喜欢，特别是越南中部人，他们可以吃下整个鲜辣椒。
老师：下周我去越南出差几天，有空的话你带我品尝一下越南美食吧。
学生：没问题！

情景三：中国的饮食

阿海：阿娥，你觉得中国饮食怎么样？
阿娥：我觉得中国饮食文化很丰富啊，北方和南方不一样。
阿海：中国北方和南方有什么不一样呢？
阿娥：北方人喜欢吃面条和包子，南方人则每餐都以米饭为主。
阿海：我听说中国人不喜欢用鱼露做菜？
阿娥：对啊，他们用酱油代替鱼露。酱油是用黄豆做成的，而鱼露是用鱼做成的。
阿海：你可以给我介绍一下中国有名的美食吗？

阿娥：广东有叉烧，浙江有龙井虾仁，湖南最有名的是臭豆腐，云南有辣椒炒水牛肉干，还有很多其他的美食。

阿海：中国美食真是非常丰富！

情景四：自助餐

阿海：阿绒，今晚你有空吗？

阿绒：今晚我有空，有什么事吗？

阿海：我打算请你去吃自助餐。

阿绒：去哪里吃呢？

阿海：西湖莲花餐馆，你知道那个地方吗？那里的自助餐很有名哦。

阿绒：哦，我听说过，西湖莲花餐馆美食有150多种呢，十分丰富，有欧洲菜也有亚洲菜，还有越南传统美食，不过不知道贵不贵呀？

阿海：不是很贵，一般一个人23万盾到42万盾，偶尔换换口味去吃自助餐也不错呢，那今晚7点我去接你哦！

阿绒：好的。

Chủ đề 16   Giải trí: Xem phim
第十六课   休闲娱乐之看电影

一、会话

Hội thoại 1   Nói chuyện về phim ảnh và ngôi sao điện ảnh yêu thích

Lan: Trung ơi, em đã xem phim "Diệp Vấn" chưa?

Trung: Em xem rồi ạ, nhưng em không biết diễn viên đóng Diệp Vấn là ai.

Lan: À, anh ấy tên là Chân Tử Đan. Anh ấy là ngôi sao điện ảnh mà chị thích nhất đấy.

Trung: Thế anh ấy còn đóng phim gì khác hả chị?

Lan: Anh ấy còn đóng phim "Cẩm Y Vệ", "Huyền thoại Trần Chân" và rất nhiều phim khác nữa.

Trung: Em đoán là chị rất thích xem phim võ thuật, đúng không ạ?

Lan: Đúng rồi em, chị thích nhất là xem phim võ thuật và phim hài. Còn em?

Trung: Em thì thích xem phim tâm lý tình cảm với phim hoạt hình. Em ghét nhất là xem phim ma.

Lan: Chị cũng thế.

Hội thoại 2   Hẹn bạn đi xem phim

Hải: Chị Linh ơi. Chủ nhật tuần này chị có rảnh không?

Linh: Có em ạ. Thế có việc gì hả em?

Hải: À, em đang định chủ nhật rủ chị đi xem phim.

Linh: Phim gì hả em?

Hải: Phim tình cảm của Trung Quốc "Cô gái năm ấy chúng ta cùng theo đuổi", phim này vừa mới ra rạp được mấy hôm thôi.

Linh: Có phải là diễn viên Trần Nghiên Hi đóng vai nữ chính không em?

Hải: Đúng rồi, chị cũng biết cô ấy à?

Linh: Biết chứ, đây là diễn viên Trung Quốc mà chị thích nhất đấy.

Hải: Em cũng thế. Chủ nhật 7 giờ tối em qua đón chị nhé?

Linh: Ừ, em nhớ đặt vé trước đi nhé.

Hội thoại 3   Sau khi xem phim

Hải: Em thấy phim "Chúng ta của sau này" như thế nào?

Linh: Em thấy hơi buồn vì kết thúc phim không được trọn vẹn. Nhưng nó cũng là một kết thúc rất có ý nghĩa.

Hải: Anh cũng thấy thế, họ đã cùng nhau trải qua rất nhiều khó khăn,

niềm vui và nỗi buồn. Đến cuối cùng, tuy không còn ở bên nhau nữa nhưng họ đã nhận ra được ý nghĩa đích thực của tình yêu.

Linh: Anh thấy nội dung phim có hay không?

Hải: Anh thấy nội dung phim không quá đặc sắc, hơn nữa chủ đề phim lại là tình cảm hiện đại, nó đã quá bão hoà rồi.

Linh: Đúng thế, nội dung phim có phần đơn giản. Nhưng có một thông điệp mà bộ phim đã truyền tải được đến người xem.

Hải: Thông điệp gì vậy em?

Linh: Đó là "Dù sau này chúng ta như thế nào thì cũng phải khiến cuộc sống của chúng ta trở nên xứng đáng".

Hải: Chỉ có điều "Chúng ta của sau này, tất cả đều có. Nhưng lại không có được chúng ta".

二、拓展词汇

phim hài	喜剧片	phim chúc Tết	贺岁片
phim kinh dị	恐怖片	phim viễn tưởng	科幻片
phim tâm lý xã hội	情感片	phim truyện	故事片
phim hoạt hình	动画片	phim chiến tranh	战争片
phim tài liệu	纪录片	phim đen trắng	黑白电影
phim hành động	动作片	lễ ra mắt phim	首映式
liên hoan phim	电影节	màn ảnh	银幕
phụ đề	字幕	lồng tiếng	配音
rạp chiếu phim	电影院	chỗ	座位
phòng bán vé	售票处	quay phim	拍摄电影
Chu Đông Vũ	周冬雨	Tỉnh Bá Nhiên	井柏然

三、练习

请根据以下情景用越南语进行对话：

小明很喜欢中国电影《后来的我们》，他向他的越南朋友青海介绍了这部由周冬雨和井柏然主演的电影，并邀请他一起去观看。

四、参考译文

情景一：谈论电影和电影明星

阿兰：阿中，你看过《叶问》吗？
阿中：看过了，但我不知道扮演叶问的是谁。
阿兰：哦，他叫甄子丹，是我最喜欢的电影明星呢。
阿中：他还演过其他电影吗？
阿兰：他还演过《锦衣卫》和《精武风云——陈真》，还有很多其他电影。
阿中：我猜你很喜欢看功夫片，对吗？
阿兰：对呀，我最喜欢看功夫片和喜剧片。你呢？
阿中：我喜欢看情感片和动画片。我最讨厌看鬼片。
阿兰：我也一样。

情景二：约朋友去看电影

阿海：玲姐，这个星期天你有空吗？
阿玲：有啊，有什么事呢？
阿海：我正打算约你这个星期天去看电影呢。
阿玲：什么电影啊？
阿海：中国情感片《那些年，我们一起追的女孩》，这部电影刚上映几天呢。

阿玲：是不是陈妍希演女主角的啊？

阿海：对呀，你也知道她啊？

阿玲：知道，她是我最喜欢的中国演员。

阿海：我也是，那星期天晚上7点我去接你吧？

阿玲：好的，你记得先订票哦。

情景三：观后感

阿海：你觉得电影《后来的我们》怎么样呢？

阿玲：我觉得有点儿难过，因为大结局不圆满，虽然也是一个很有意义的结尾。

阿海：我也有同感，他们一起经历了很多磨难、快乐和烦恼，到了最后，虽然不在一起了，但他们感悟到了爱情的真正意义。

阿玲：你觉得影片内容精彩吗？

阿海：我觉得影片的情节不是很有特色，而且影片主题又是现代情感，这样的片子太多了。

阿玲：对啊，影片情节有点儿简单，但是影片的主题已经给了观众交代。

阿海：什么主题呢？

阿玲：那就是"无论是后来的我们怎么了，也要让后来的人生过得值得"。

阿海：只是"后来的我们，什么都有了，却没有了我们"。

扫码收看视频

Chủ đề 17 Giải trí: Xem biểu diễn ca nhạc
第十七课 休闲娱乐之看演唱会

一、会话

Hội thoại 1   Ca sĩ yêu thích

Lan: Cậu thích nhất ca sĩ Việt Nam nào?

Hải: Tớ thích nhất là Sơn Tùng. Anh ấy là một ca sĩ rất nổi tiếng ở Việt Nam.

Lan: Tớ cũng có biết Sơn Tùng. Anh ấy hiện là ca sĩ được giới trẻ yêu thích nhất, các bài hát mà anh ấy thể hiện đều có tỉ lệ người nghe cao.

Hải: Đặc biệt là các bài "Em của ngày hôm qua", "Chúng ta không thuộc về nhau", hay mới đây nhất là bài "Chạy Ngay Đi" đều đưa tên tuổi Sơn Tùng lên cao. Nếu nói Sơn Tùng là ca sĩ trẻ quyền lực nhất nhì Việt Nam cũng không có gì sai.

Lan: Thế Sơn Tùng có hay đi lưu diễn không?

Hải: Có chứ, buổi biểu diễn cá nhân của anh ấy tháng trước ở Hà Nội rất thành công. Tháng sau ở thành phố Hồ Chí Minh, dự đoán lượng khán giả đến xem sẽ đông hơn Hà Nội gấp 2 lần. Ngoài ra, một số ca khúc của anh ấy còn được đưa vào làm nhạc phim.

Lan: Thế buổi biểu diễn lần sau của anh ấy ở thành phố Hồ Chí Minh, cậu với tớ đi xem nhé?

Hải: Được, không vấn đề gì. Để tớ đặt vé trước.

Hội thoại 2   Đặt vé trên mạng

Hải: Chị Lan ơi, tối thứ 7 tuần này ở thành phố Hồ Chí Minh có buổi biểu diễn của Sơn Tùng đấy. Chị có đi xem không?

Lan: Có chứ. Em đặt vé giúp chị với.

Hải: Chị muốn đặt mấy vé ạ?

Lan: Em đặt cho chị 3 vé, chị với chị Trang, chị Vân cùng đi xem.

Hải: Thế chị đặt vé ở khán đài A, B, C hay D ạ?

Lan: Có gì khác nhau hả em?

Hải: Khán đài A, B ở phía trước, gần với khu vực biểu diễn còn khán đài C, D thì ở phía sau. Nhưng em thấy tốt nhất chị nên ngồi ở khán đài B hoặc C.

Lan: Tại sao khán đài B với C lại tốt nhất hả em?

Hải: Khán đài A gần khu vực sân khấu biểu diễn nên âm thanh rất lớn, còn khán đài D thì lại ở quá xa khu vực biểu diễn, nên em nghĩ khán đài B và C là tốt nhất.

Lan: Thế giá vé là bao nhiêu hả em?

Hải: Khán đài A và B là 1 triệu đồng còn khán đài C với D là 700 nghìn đồng chị ạ.

Lan: Giá vé cũng không chênh nhau là mấy, em đặt cho chị 3 vé ở khán đài B đi.

Hải: Dạ vâng. Thế em đặt luôn cho chị bây giờ ạ.

Chủ đề 17   Giải trí: Xem biểu diễn ca nhạc   第十七课   休闲娱乐之看演唱会

Hội thoại 3   Tại buổi biểu diễn ca nhạc

Lan: Mày xem buổi biểu diễn hôm nay náo nhiệt không kìa?

Hải: Đương nhiên rồi. Bức Tường là ban nhạc nam rất nổi tiếng ở Việt Nam mà, Bức Tường sở hữu một lượng lớn người hâm mộ, đặc biệt là độ tuổi thanh thiếu niên.

Lan: Buổi biểu diễn lần này ở Hải Phòng là buổi biểu diễn mở màn cho chuyến lưu diễn toàn quốc của các anh ấy.

Hải: Chả trách hôm nay đông thế. Tao đặt vé trên mạng mà chỉ còn vé ở khán đài C.

Lan: Khán đài C tuy hơi xa nhưng không sao, miễn là tao với mày được đứng ở đây, hòa chung bầu không khí sôi động, cháy hết mình với âm nhạc, tận mắt thấy các anh ấy biểu diễn là tao đã thấy sướng lắm rồi.

Hải: Hôm nay mặc dù thời tiết không tốt lắm nhưng mày nhìn khán đài D kìa, không còn một chỗ trống nào luôn.

Lan: Tất cả các khán đài đều kín chỗ, đủ thấy sức hút của Bức Tường như thế nào rồi.

Hải: Buổi biểu diễn lần sau là ở Hà Nội đấy, mày có đi xem không?

Lan: Có chứ, nếu mày đi thì đặt vé luôn cho tao đi cùng nhé.

Hải: Nhất trí.

二、拓展词汇

| nhạc trẻ | 流行音乐 | nhạc đồng quê | 乡村音乐 |
| nhạc hip-hop | 嘻哈 | nhạc trữ tình | 抒情歌 |

nhạc điện tử	电子音乐	nhạc jazz	爵士
nhạc rock	摇滚乐	nhạc cổ điển	古典音乐
giai điệu	旋律	bản nhạc	乐谱
sáng tác lời hát	作词	sáng tác nhạc	作曲
lời bài hát	歌词	đĩa hát	唱片
bảng xếp hạng	排行榜	album	专辑
dân ca	民歌	bản concerto	协奏曲
hành khúc	进行曲		

三、练习

请根据以下情景用越南语进行对话：

青海很喜欢越南歌手山松，他向他的中国朋友小明介绍了山松，并邀请小明一起去观看山松 9 月 20 日的演唱会。小明欣然接受邀请，青海在网上订了两张演唱会的门票。

四、参考译文

情景一：喜欢的歌手

阿兰：你最喜欢哪位越南歌手呢？

阿海：我最喜欢山松，他在越南很有名。

阿兰：我也知道山松，现在他是年轻人最喜欢的歌手，他唱的歌曲有很高的点播率。

阿海：特别是歌曲《昨天的你》和《我们不属于彼此》，还有最新的歌曲《快跑吧》，让山松名声大振。如果说山松是最霸气的年轻歌手，恐怕没有人有异议。

阿兰：那山松经常巡演吗？

阿海：是啊，上个月他在河内举行的个人演唱会很成功。下个月在胡志明市的演唱会，预计到场的观众会是河内的两倍。此外，他的一些歌曲还被用作电影的背景音乐呢。

阿兰：那他下次在胡志明市的演唱会你和我一起去看呗？

阿海：好啊，没问题。那我先订票咯。

情景二：网上订票

阿海：兰姐，这周六晚上胡志明市有山松的演唱会，你去看吗？

阿兰：去啊，你帮我订票吧。

阿海：你想订几张票呢？

阿兰：你帮我订3张票，我和阿庄、阿云一起去看。

阿海：你想订A看台、B看台、C看台还是D看台的票呢？

阿兰：有啥区别吗？

阿海：A看台和B看台在前面，靠近表演区域，而C看台和D看台在后面。我觉得你最好坐在B看台和C看台。

阿兰：为什么B看台和C看台最好呢？

阿海：A看台靠近舞台，所以音响声音太大，D看台又离表演区域太远，所以我想B看台和C看台是最好的。

阿兰：票价是多少呢？

阿海：A看台和B看台100万盾，C看台和D看台是70万盾。

阿兰：票价也相差无几，你帮我订3张B看台的票吧。

阿海：好的，那我现在马上帮你订。

情景三：演唱会现场

阿兰：你看今天的演唱会热闹不？

阿海：当然啦，墙是越南很出名的男子乐队嘛，拥有大量的粉丝，特别是青少年粉丝。

阿兰：这次海防演唱会是他们全国巡演的第一站。

阿海：难怪今天那么多人，我在网上订票只剩下 C 看台的票了。

阿兰：C 看台虽然远一点儿，但是没关系，只要我们能站在这里融入燃爆的氛围，全身心投入音乐中去，亲眼看到他们表演，我就感到很爽啦。

阿海：尽管今天天气不是很好，但是你看 D 看台那边，都坐满了人呢。

阿兰：所有看台都坐满了人，可见墙的吸引力有多大啦。

阿海：下次演唱会在河内，你去看吗？

阿兰：去啊，如果你去就帮我订票一起去吧。

阿海：好的。

扫码收看视频

Chủ đề 18 Giải trí: Múa rối nước
第十八课 休闲娱乐之水上木偶戏

一、会话

Hội thoại 1 Giới thiệu về múa rối nước

Trúc: Chị Hoa ơi, em nghe nói Việt Nam có nghệ thuật múa rối nước rất độc đáo, nó như thế nào ạ?

Hoa: Đúng rồi, nghệ thuật múa rối nước thì chỉ duy nhất có ở Việt Nam, nó có đặc điểm khác với múa rối thông thường: Dùng mặt nước làm sân khấu, phía sau có phông che, xung quanh

trang trí cờ quạt, người biểu diễn đứng sau phông thông qua hệ thống sào, dây điều khiển những quân rối bằng gỗ.

Trúc: Thế không khí buổi biểu diễn chắc là nhộn nhịp lắm phải không chị?

Hoa: Ừ, các động tác của quân rối được thực hiện cùng với lời ca, tiếng trống, mõ, tù và, chen tiếng pháo trong ánh sáng lung linh và màn khói huyền ảo.

Trúc: Các tiết mục múa rối nước có phong phú không hả chị?

Hoa: Có chứ! Trong kho tàng múa rối nước của Việt Nam, có 30 tiết mục cổ truyền và hàng trăm tiết mục rối hiện đại kể về những sự tích dân gian và cuộc sống hàng ngày của người dân Việt.

Trúc: Nghe chị giới thiệu em muốn đi xem múa rối nước ngay cho biết.

Hoa: Không cần vội, đến năm thứ ba em sang Việt Nam du học chắc chắn có cơ hội đi xem.

Hội thoại 2   Tại sao người Việt Nam thích xem múa rối nước

Sinh viên: Cô Hoa ơi, trong các loại hình nghệ thuật sân khấu truyền thống của Việt Nam, cô thích nhất loại hình nào?

Hoa: Cô thích nhất múa rối nước vì các quân rối trông rất ngộ nghĩnh, động tác rất sống động xem rất vui mắt, kết hợp với các làn điệu chèo hoặc dân ca đồng bằng Bắc bộ đằm thắm ngọt ngào đi vào lòng người.

Sinh viên: Thế cô thích xem những tích trò gì ạ?

Hoa: Cô thì thích xem các tích trò cổ như Thạch Sanh, Tấm Cám, v.v. Còn thanh niên các cháu có lẽ không thích xem múa rối nước phải không?

Sinh viên: Vâng, thanh niên chúng cháu bây giờ thích xem phim hơn, phim 3D hình ảnh nổi sống động cho cảm giác thật.

Hoa: Múa rối nước tích cổ thì ít nhưng tiết mục hiện đại thì nhiều lắm, cháu có thể rủ bạn bè đi xem nghệ thuật độc đáo của ta, mình phải yêu nghệ thuật truyền thống nước mình chứ!

Sinh viên: Vâng, cô nói rất đúng ạ.

Hội thoại 3   Sau khi xem múa rối nước

Sinh viên: Cô Hoa ơi, tối hôm qua cháu và mấy bạn lưu học sinh đã đi xem múa rối nước rồi.

Hoa: Các cháu xem tích trò gì thế, có hay không?

Sinh viên: Chúng cháu xem tích "Cáo bắt vịt" ạ, hay lắm. Con cáo đang bơi đuổi theo con vịt ở dưới nước mà không biết thế nào con cáo lại ngoạm được con vịt và leo tót lên cây cau cao vút. Thật bất ngờ, kỳ diệu đến lạ lùng.

Hoa: Thế các bạn lưu học sinh xem có hiểu không?

Sinh viên: Có ạ. Mặc dù các bạn ấy mới học tiếng Việt không lâu nhưng chỉ cần thông qua động tác hình thể của quân rối là có thể hiểu được nội dung của tích trò.

Hoa: Thế các bạn ấy có thích xem múa rối nước không?

Sinh viên: Có ạ, các bạn ấy xem lần đầu thì đã thích múa rối nước ngay rồi. Các bạn ấy nói lần sau có dịp sẽ lại đi xem nữa ạ.

二、拓展词汇

nhà hát	剧院	kịch nói	话剧
đàn	弹琴	buổi	场
đơn ca	独唱	song ca	二重唱
độc tấu	独奏	tốp ca	小合唱
hòa tấu	合奏	đoàn xiếc	杂技团

ghi-ta	吉他	vi-ô-lông	小提琴
tỳ bà	琵琶	múa đôi	双人舞
múa đơn	独舞	chương trình	节目单
vũ kịch	舞蹈剧	nhạc kịch	音乐剧
buổi hòa nhạc	音乐会		

三、练习

请根据以下情景用越南语进行对话：

这周六有越南传统水上木偶戏表演，青海想邀请小明一同前往观看，青海向小明介绍了越南的水上木偶戏艺术。

四、参考译文

情景一：介绍水上木偶戏

阿竹： 花阿姨，我听说越南有很独特的水上木偶戏，它是什么样的呢？

花阿姨：是啊，水上木偶戏只有在越南才有，它和普通的木偶戏不一样：用水面做舞台，后面有幕布，周围挂旌旗，表演者站在幕布的后面通过竹竿和线来操纵木偶。

阿竹： 演出的氛围一定很热闹吧？

花阿姨：对啊，在闪烁的灯光和虚幻的烟幕下木偶的动作伴随着歌声、鼓声、木鱼声、螺号声，以及混杂的炮声来呈现。

阿竹： 水上木偶戏的节目丰富吗？

花阿姨：当然啦！在越南水上木偶戏的宝库里，有30个传统的节目和上百个现代的节目，讲述的是越南民间故事和越南人的日常生活。

阿竹： 听了你的介绍，我都想马上去看水上木偶戏啦。

花阿姨：不用着急，到了大三你到越南留学一定有机会去看的。

情景二：越南人为何喜欢看水上木偶戏

学生：　花阿姨，在越南各种传统舞台艺术中，您最喜欢哪种呢？
花阿姨：我最喜欢水上木偶戏啦，木偶看起来好可爱，动作很生动，让人赏心悦目，配上具有浓郁特色的嘲戏和北部平原民歌曲调，真是沁人心扉。
学生：　您喜欢看哪个民间故事呢？
花阿姨：我喜欢看传统民间故事节目，如《石生的故事》《阿米和阿糠》等，你们年轻人可能不喜欢看水上木偶戏，是吗？
学生：　现在的年轻人更喜欢看电影，3D电影给人以身临其境的感觉。
花阿姨：传统民间故事的水上木偶戏节目少一些，但现代节目是很多的，你可以约同学去看看咱们这门独有的艺术，你要热爱自己国家的传统艺术呀！
学生：　好的，您说得太对啦。

情景三：观后感

学生：　花阿姨，昨天晚上我和几个留学生去看水上木偶戏了。
花阿姨：你们看了哪个传统民间故事节目呢？好看吗？
学生：　我们看了《狐狸抓小鸭》，太好看啦。狐狸游着追赶水上的鸭子，不知道它是怎么叼住了鸭子，并且吱溜一下子就爬上了高耸的槟榔树。
花阿姨：那留学生们看得懂吗？
学生：　看得懂的，尽管他们刚到越南留学，但是只需要通过木偶的一些形体动作就可以理解这些传统民间故事节目的内容了。
花阿姨：他们喜欢看水上木偶戏吗？
学生：　喜欢呀，他们第一次看就喜欢上水上木偶戏啦，他们说下次有机会还要去看呢。

扫码收看视频

Chủ đề 19 Giải trí: Đi cắm trại
第十九课 休闲娱乐之去露营

一、会话

Hội thoại 1 Rủ nhau đi cắm trại

Linh: Đạt ơi, cuối tuần này lớp chúng mình tổ chức đi cắm trại nhưng chưa chọn được địa điểm thích hợp. Cậu có gợi ý gì không?

Đạt: À, tớ biết một nơi có thể đi cắm trại. Đó là My Hill – Khu cắm trại hồ Đồng Quan, cách trung tâm Hà Nội khoảng 40km.

Linh: Thế ở đó có không gian đủ rộng cho cả lớp không? Và ở đó có những tiện nghi gì?

Đạt: My Hill mộc mạc và nguyên sơ. Không gian rừng xanh mát, rộng thoáng thích hợp cho cắm trại tập thể. Ở đây có đầy đủ lều trại, nhà cấp 4 để ngủ, chòi sát ven hồ, đồ dùng cắm trại.

Linh: Thế có các dụng cụ phục vụ cho tiệc nướng ngoài trời không?

Đạt: Các dụng cụ phục vụ cho tiệc nướng ngoài trời cũng sẵn sàng, đồ ăn tại My Hill cũng có luôn nếu chúng ta không muốn mang theo.

Linh: Nếu không mang theo mà thuê ở đó thì sẽ tốn kém hơn đấy.

Đạt: Ừ, tớ cũng nghĩ thế. Lều trại, đồ ăn cho tới các dụng cụ cắm trại cần thiết chúng ta cũng có thể tự chuẩn bị sẵn sàng và mang chúng theo là xong.

Linh: Tớ thấy gợi ý của cậu hay đấy. Chiều nay sau khi tan lớp cậu đưa gợi ý này ra để cả lớp biểu quyết nhé.

Đạt: Ừ, tất nhiên rồi.

Hội thoại 2   Tiệc nướng ngoài trời

Phong: Hà ơi, lớp mình đã phân công chuẩn bị các thứ cho tiệc nướng ngoài trời cuối tuần này chưa?

Hà: Rồi, tớ chuẩn bị thực phẩm sống, còn cậu chuẩn bị đồ uống nhé.

Phong: Được, tớ sẽ đi siêu thị mua một chai Coca-cola, một chai Sprite và một chai Fanta. Còn cậu định mua những thực phẩm sống gì?

Hà: Tớ sẽ đi chợ mua cánh gà, thịt ba rọi, tôm he, xúc xích, cà tím, rau và các loại gia vị, dầu ăn.

Phong: Thế món chính ăn gì?

Hà: Tớ sẽ mua bún và mì tôm, cậu thấy thế nào?

Phong: Được, như thế là đầy đủ rồi đấy. Chỉ nghĩ đến các món nướng thơm phức là tớ đã chảy nước miếng rồi.

Hà: Thế thì chúng ta còn chần chừ gì nữa, đi mua các thứ ngay thôi.

Hội thoại 3 Sau buổi cắm trại

Phong: Trang này, hôm nay đi cắm trại thật là vui, cậu có thấy thế không?

Trang: Ừ, vui tuyệt. Chẳng mấy khi mà cả lớp có dịp cùng đi chơi như thế. Mọi người cùng chơi trò chơi và cùng làm đồ nướng, ai cũng hăng hái hết mình.

Phong: Qua lần này, tớ phát hiện lớp mình có mấy bạn khéo tay ra phết, nướng đồ nướng rất ngon, gia vị vừa đủ. Tớ ăn no vỡ cả bụng.

Trang: Cậu chỉ được cái tâm hồn ăn uống. Tớ thấy buổi cắm trại lần này không những giúp chúng ta được thư giãn sau một tuần học tập vất vả mà còn nâng cao tinh thần đoàn kết, sự hiểu biết giữa các bạn trong lớp.

Phong: Ừ, thì đúng là thế. Lớp chúng ta cần có nhiều hơn nữa những buổi hoạt động tập thể có ý nghĩa như thế để giao lưu tình cảm, giúp các bạn trong lớp gắn bó hơn, yêu hơn cái tập thể này.

Trang: Đúng vậy, như thế thì cuộc sống sinh viên của chúng ta mới không hoài phí và không để lại nuối tiếc.

二、拓展词汇

giày thể thao	运动鞋	picnic	野餐
thảm picnic	野餐垫	võng	吊床
mũ che nắng	太阳帽	ba lô	背包
bình nước	水壶	bàn nướng	烧烤架

bánh quy	饼干	bánh mì	面包
thịt nướng	烤肉	hộp cơm	饭盒
câu cá	钓鱼	cần câu	鱼竿
leo núi	登山	suối	小溪
chuồn chuồn	蜻蜓	ếch	青蛙
cá	小鱼	bướm	蝴蝶
ong	蜜蜂	chim	小鸟

三、练习

班里准备组织一次露营，需要做个计划方案。请你用越南语完成这个任务。

四、参考译文

情景一：相约去露营

阿玲：阿达，这周末咱们班组织去露营，但是还没有选到合适的地点，你有什么好主意吗？

阿达：我知道一个地方可以去露营，在同关湖的度假村 My Hill，离河内市区大约40千米。

阿玲：那里的场地足够全班玩儿的吧？有些什么设施呢？

阿达：度假村很简朴，生态环境很好，绿色植被丰富，十分凉爽；场地宽敞，适合集体露营；这里有帐篷、简易房可供睡觉，沿湖有窝棚和露营的用具。

阿玲：有野外烧烤的用具吗？

阿达：有齐全的烧烤用具，那儿也有吃的，如果我们不想自己带去的话。

阿玲：如果不带去，在那里租的话会花不少钱哦。

阿达：我也是这么想的。帐篷、食物和一些露营用品，我们可以先自己准备好，到时候带上就行了。

阿玲：我觉得你的提议很好，下午下课之后，你讲一下你的提议让全班同学表决呗。

阿达：那是必须的。

情景二：野外烧烤

阿峰：阿霞，这个周末去野外烧烤的准备工作，已经分好工了吗？

阿霞：分好工了，我负责准备生的食物，你准备喝的哦。

阿峰：没问题，我去超市买一瓶可口可乐、一瓶雪碧、一瓶芬达。那你打算买什么生的食物呢？

阿霞：我去菜市买一些鸡翅、五花肉、明虾、香肠、茄子、青菜、各种调料和食用油。

阿峰：那主食吃什么呢？

阿霞：我买一些生榨米粉和方便面，你觉得怎么样？

阿峰：可以，这样就够咯，我一想到各种香喷喷的烧烤就流口水啦。

阿霞：那我们还犹豫什么呢？赶紧出发去采购了。

情景三：露营的收获

阿峰：阿庄，今天去露营真是开心，你也有同感吧？

阿庄：是的，太爽了。很少有机会全班一起去玩儿呢。大家一起玩儿游戏一起烧烤，个个都很积极很尽兴。

阿峰：这次活动，我发现我们班有几个同学手巧得很，烤的东西很香，调料也很合适，我都吃撑啦。

阿庄：你个吃货就知道吃。我觉得，这次露营不但让我们在经过一周的紧张学习之余可以放松娱乐，而且也提高了全班的凝聚力，增进了彼此的了解。

阿峰：确实是这样，我们班需要组织更多这样有意义的集体活动来增进感情，使全班同学更加亲近，更加热爱这个集体。

阿庄：是的，这样我们的大学生活才不会蹉跎，不会留下遗憾。

扫码收看视频

Chủ đề 20　Khám bệnh
第二十课　看病

一、会话

Hội thoại 1　Bạn bị ốm

Lan:　Hồng ơi, trông bạn không được khỏe, bạn bị ốm à?

Hồng:　Ừ, mình bị cảm từ hôm qua, đau đầu, chảy nước mũi và hơi sốt. Chắc chiều nay không đi học được.

Lan:　Thế bạn viết đơn xin phép nghỉ học đi, chiều nay nhờ lớp trưởng đưa cho cô giáo.

Hồng:　Ừ, mình viết ngay đây. Bạn đi hiệu thuốc mua một ít thuốc cảm giúp mình được không?

Lan:　Được, mình đi mua giúp bạn ngay đây. Nhưng nếu uống thuốc mà không đỡ là bạn phải đi bệnh viện khám đấy nhé.

Hồng:　Ừ, mình biết rồi. Bạn cứ yên tâm.

Lan:　À, bạn muốn ăn gì trưa nay để mình đi mua luôn cho?

Hồng: Bạn chu đáo quá, mình mệt không muốn ăn cơm, bạn mua giúp mình bát phở gà.

Lan: Được, mình đi ngay đây, bạn nghỉ ngơi đi.

Hồng: Cảm ơn bạn nhiều nhé!

Lan: Không có gì.

Hội thoại 2   Đưa bạn đi khám bệnh

Lan: Hồng ơi, mình thấy bạn uống thuốc hai ngày rồi mà không đỡ, bạn phải đi bệnh viện khám bệnh mới được.

Hồng: Mình chưa khám bệnh ở Việt Nam bao giờ, mình không biết đi bệnh viện nào tốt và lệ phí là bao nhiêu?

Lan: Bạn có thể đi bệnh viện Bạch Mai, xếp số khoa Nội, mua sổ khám bệnh và điền thông tin cá nhân vào rồi nộp lệ phí 50.000 đồng, sau đó ra ghế chờ gọi tên thì vào khám.

Hồng: Chỉ mất 50.000 thôi á? Sao rẻ thế?

Lan: Đó chỉ là lệ phí xếp số thôi, còn nếu phải làm các xét nghiệm và kiểm tra thì lại nộp phí, sau cùng là nộp tiền thuốc và lấy thuốc là xong.

Hồng: Nghe thì đơn giản, nhưng mình mới sang Việt Nam còn chưa quen đường và mọi thứ đều lạ lẫm. Hay bạn đi cùng mình có được không?

Lan: Ừ, nói thật để bạn đi một mình, mình cũng không yên tâm. Sáng mai chúng ta cùng xin nghỉ học rồi mình sẽ đưa bạn đi khám bệnh.

Hồng: Bạn thật tốt quá! Mình cảm ơn bạn.

Lan: Đừng khách sáo.

Hội thoại 3   Trong phòng khám

Hồng: Chào bác sĩ.

Bác sĩ: Chào em, em bị làm sao?

Hồng: Dạ, thưa bác sĩ, em bị cảm hai hôm nay rồi ạ. Mới đầu em thấy đau đầu, chảy nước mũi và hơi sốt, nhưng hôm nay em lại ho nữa, toàn thân mệt mỏi.

Bác sĩ: Em đã đo nhiệt độ chưa?

Hồng: Dạ, thưa bác sĩ, trước khi đến đây em đã đo rồi ạ, sốt 37,5 độ.

Bác sĩ: Em bị cảm khá nặng rồi, em phải uống thuốc cảm và thuốc ho 5 ngày, mỗi ngày ba lần, mỗi lần hai viên. Em nhớ uống đủ liều nhé.

Hồng: Dạ, thế em có phải kiêng ăn gì không ạ?

Bác sĩ: Em không được ăn những đồ ăn cay, nóng như xôi, các món rán, nướng, hoa quả nóng…

Hồng: Dạ, thế phải chú ý những gì ạ?

Bác sĩ: Em chú ý nghỉ ngơi, không vận động mạnh, uống nhiều nước và súc miệng nước muối mỗi ngày hai lần.

Hồng: Dạ, vâng ạ. Em cảm ơn bác sĩ ạ.

Bác sĩ: Không có gì.

二、拓展词汇

đo chiều cao	量身高	đo cân nặng	量体重
đo nhiệt độ	量体温	kiểm tra thị lực	测视力
đo huyết áp	量血压	chụp X-quang	拍 X 光透视

lấy máu	抽血	xét nghiệm nước tiểu	验尿
khâu vết thương	缝针	tiêm thuốc	打针
khử trùng	消毒	băng bó	包扎
truyền dịch, truyền nước	打点滴	truyền máu	输血
bôi thuốc	上药	gãy xương	骨折
bệnh tim	心脏病	bong gân	扭伤
đau dạ dày	胃痛	đau răng	牙痛

三、练习

请根据以下情景用越南语进行对话：

你的舍友小明生病了，你把他送到医院进行治疗。请模拟一段你和医生的对话，说明小明的症状，询问接下来的治疗方式等问题。

四、参考译文

情景一：朋友生病

阿兰：阿红，你看起来身体不太好，是生病了吗？

阿红：我昨天就感冒了，头痛，流鼻涕，有点儿发烧，今天下午肯定上不了课了。

阿兰：那你写张请假条吧，下午让班长帮你交给老师。

阿红：好的，我马上写。你去药店帮我买点儿感冒药可以吗？

阿兰：可以的，我马上去帮你买。不过如果服了药还是不好的话，你得去医院看病哦。

阿红：好的，我知道了，你放心吧。

阿兰：今天中午你想吃什么呢？我去帮你买。

阿红：你想得太周到了，我有点儿累不想吃饭，你帮我买碗鸡肉粉吧。

阿兰：好的，我马上就去，你休息吧。

阿红：非常感谢！

阿兰：不客气。

情景二：送朋友去看病

阿兰：阿红，我看你吃了药两天还是没见好，你要去医院看看才行。

阿红：我从来没有在越南看过病，不知道去哪个医院好，费用是多少？

阿兰：你可以去白梅医院，看内科，买一本病历本，然后填写你的个人信息，交挂号费5万盾，然后在外面椅子坐着等叫你的名字。

阿红：只花5万盾，这么便宜呀？

阿兰：这只是挂号费而已，如果需要做各种检查还要交费，最后交药费取药就可以了。

阿红：听起来简单，但是我刚到越南，一切都很陌生，要不你和我一起去可以吗？

阿兰：好的，说真的让你一个人去我也不放心。明天早上我们一起请假，我送你去看病。

阿红：你真是太好了！谢谢你。

阿兰：别客气。

情景三：在诊室里

阿红：医生您好！

医生：你好，你怎么了？

阿红：医生，我感冒两天了，刚开始感到头痛、流鼻涕，有点儿发烧，但是今天还咳嗽了，全身无力。

医生：你量体温了吗？

阿红：医生，来这里之前我已经量过体温了，发烧 37.5 度。

医生：你患重感冒了，你要服 5 天感冒药和咳嗽药，每天 3 次，每次 2 片，记得服够疗程哦。

阿红：好的，那我需要忌口什么呢？

医生：你不能吃辣的，以及煎炸的东西、烧烤和易上火的水果。

阿红：嗯，还要注意些什么呢？

医生：你要注意休息，不要进行剧烈的运动，多喝水，每天用盐水漱口 2 次。

阿红：好的，谢谢医生。

医生：不客气。

扫码收看视频

Chủ đề 21 Du lịch: Đặt phòng khách sạn
第二十一课 旅游之预订酒店

一、会话

Hội thoại 1 Tư vấn và đặt phòng

Lễ tân khách sạn:	Xin chào quý khách, khách sạn Kim Liên xin nghe, tôi là lễ tân khách sạn. Tôi có thể giúp được gì cho quý khách?
Nguyễn Thanh Hải:	Tôi muốn đặt phòng tại khách sạn.
Lễ tân khách sạn:	Dạ vâng. Xin quý khách cho tôi biết họ tên, số điện thoại ạ.
Nguyễn Thanh Hải:	Tôi tên là Nguyễn Thanh Hải, số điện thoại của tôi là 0916868999.
Lễ tân khách sạn:	Cám ơn anh Hải. Anh Hải muốn đặt phòng tại khách sạn chúng tôi vào ngày nào ạ?
Nguyễn Thanh Hải:	Tôi muốn đặt 2 ngày 15 và 16 tháng 1.
Lễ tân khách sạn:	Vâng, cảm ơn anh Hải. Anh Hải đặt phòng cho bao nhiêu người ạ?

Nguyễn Thanh Hải:	Chỉ có tôi và một người bạn nữa.
Lễ tân khách sạn:	Anh Hải muốn đặt mấy phòng ạ?
Nguyễn Thanh Hải:	Chúng tôi muốn đặt một phòng đôi.
Lễ tân khách sạn:	Vâng, vậy anh Hải cần phòng giường đôi hay 2 giường đơn ạ?
Nguyễn Thanh Hải:	Cho tôi phòng có 2 giường đơn.
Lễ tân khách sạn:	Dạ vâng. Khách sạn chúng tôi có 3 loại phòng: Tiêu chuẩn, cao cấp và sang trọng. Phòng tiêu chuẩn là 1.138.000đ/ngày, phòng cao cấp là 2.000.000đ/ngày còn phòng sang trọng là 2.500.000đ/ngày, đã bao gồm 10% VAT và ăn sáng tự chọn. Anh Hải muốn ở loại phòng nào ạ?
Nguyễn Thanh Hải:	Cho tôi loại phòng cao cấp nhé.
Lễ tân khách sạn:	Vâng, cảm ơn anh Hải. Giá của phòng cao cấp là 2.000.000đ. Anh Hải có yêu cầu gì nữa không ạ?
Nguyễn Thanh Hải:	Không, thưa chị.
Lễ tân khách sạn:	Vâng, cảm ơn anh đã tin tưởng lựa chọn khách sạn chúng tôi. Hẹn gặp lại anh và chúc anh một ngày vui vẻ.
Nguyễn Thanh Hải:	Vâng, chào chị.

Hội thoại 2   Vào ở khách sạn

Lễ tân khách sạn:	Chào mừng quý khách đã đến với khách sạn Kim Liên chúng tôi. Tôi có thể giúp gì cho quý khách?
Nguyễn Thanh Hải:	Tôi đã đặt phòng cách đây hai ngày, hôm nay tôi vào ở.
Lễ tân khách sạn:	Quý khách đã đặt mấy phòng ạ?
Nguyễn Thanh Hải:	Tôi đã đặt một phòng đôi cho hai người.
Lễ tân khách sạn:	Vui lòng cho tôi biết tên và số hộ chiếu của quý khách.

Nguyễn Thanh Hải:	Tôi tên là Nguyễn Thanh Hải, số hộ chiếu của tôi là C21528269, còn bạn tôi là Lê Văn Quang, số hộ chiếu là C23250708.
Lễ tân khách sạn:	Xin quý khách vui lòng điền vào tờ phiếu đăng ký này, quý khách có dùng bữa sáng tại khách sạn không ạ?
Nguyễn Thanh Hải:	Có, thưa chị.
Lễ tân khách sạn:	Bữa sáng bắt đầu từ 7 giờ rưỡi đến 10 giờ mỗi sáng tại phòng ăn ở tầng 2 của khách sạn. Hàng ngày sẽ có nhân viên buồng phòng đến dọn phòng cho quý khách sau khi quý khách ra khỏi phòng. Đây là thẻ phòng của quý khách. Số phòng 618 tầng 6 ạ. Hãy gọi cho lễ tân nếu quý khách có bất kỳ câu hỏi hay yêu cầu nào. Chúc quý khách vui vẻ!
Nguyễn Thanh Hải:	Cám ơn chị.

Hội thoại 3   Trả phòng

Nguyễn Thanh Hải:	Chào chị, tôi muốn trả phòng.
Lễ tân khách sạn:	Chào anh. Anh ở phòng bao nhiêu?
Nguyễn Thanh Hải:	Tôi ở phòng 618.
Lễ tân khách sạn:	Anh ở ba ngày, tiền phòng tổng cộng là 6.000.000đ. Anh đã đặt cọc trước 50%, bây giờ xin anh thanh toán nốt số tiền còn lại là 3.000.000đ. Mời anh xác nhận và ký vào hóa đơn.

Nguyễn Thanh Hải:	Vâng, thế tôi quẹt thẻ được không?
Lễ tân khách sạn:	Được ạ, xin anh nhập mật khẩu. Bây giờ xin vui lòng ký vào đây ạ. Chúc anh có một chuyến đi vui vẻ.
Nguyễn Thanh Hải:	Cảm ơn chị.
Lễ tân khách sạn:	Hẹn gặp lại anh.

二、拓展词汇

du lịch tự túc	自助游	hãng du lịch	旅行社
đoàn du lịch	旅行团	tên khách sạn	酒店名称
dọn buồng	清理客房	phòng ăn	餐厅
phòng tắm hơi	桑拿中心	phòng tập thể hình	健身中心
giặt khô	干洗	sảnh chính	大堂
cửa xoay tự động	自动旋转门	nhân viên chuyển đồ	行李生
nhân viên gác cửa	门童	xe đẩy hành lý	行李推车
trung tâm thương mại	商务中心	đồ lưu niệm	纪念品

三、练习

你是一名公司的员工，你的老板和你准备下周去越南胡志明市出差一周，需要你查询预订酒店的 APP，提出住宿方案，并向你的老板进行汇报。请用越南语模拟一段你和老板的对话。

四、参考译文

情景一：查询与预订

前台服务员：顾客您好，这里是金莲宾馆，我是前台服务员，请问我可以帮到您什么呢？

阮青海：　　我想在宾馆订房。

前台服务员：好的，请告诉我您的名字和电话号码。

阮青海：　　我的名字是阮青海，电话是0916868999。

前台服务员：谢谢海哥，海哥想订哪天的客房呢？

阮青海：　　我想订1月15号和16号两天的房间。

前台服务员：好的，谢谢海哥，海哥给几个人订房呢？

阮青海：　　我和一个朋友。

前台服务员：海哥想订几间房？

阮青海：　　我们订一间双人房。

前台服务员：好的，海哥需要一张双人床还是两张单人床呢？

阮青海：　　给我两张单人床。

前台服务员：好的，我们宾馆有3种房间：标间、商务间和豪华间。标间是每天113.8万越南盾，商务间是每天200万越南盾，豪华间是每天250万越南盾，包含了10%的增值税和自助早餐，海哥想住哪种房间呢？

阮青海：　　给我商务间吧。

前台服务员：好的，谢谢海哥。商务间是每天200万越南盾，海哥还有什么要求吗？

阮青海：　　没有了。

前台服务员：好的，感谢您选择入住我们宾馆，祝您开心！再见！

阮青海：　　再见！

情景二：入住酒店

前台服务员：欢迎您来到我们金莲宾馆，请问有什么可以帮到您的吗？
阮青海：　　我两天前已经订好房，今天入住。
前台服务员：您订了几间房呢？
阮青海：　　我订了一间双人房。
前台服务员：请您告诉我您的名字和护照号码。
阮青海：　　我叫阮青海，我的护照号码是 C21528269，我朋友叫黎文光，护照号码是 C23250708。
前台服务员：请您填好这张登记表，您在宾馆用早餐吗？
阮青海：　　是的。
前台服务员：早餐地点在宾馆二层餐厅，每天早上 7 点半到 10 点。在您离开房间后每天都有客房服务员打扫房间。这是您的房卡，在 6 层的 618 房，如果您有任何疑问和要求，请打前台电话，祝您有好心情！
阮青海：　　谢谢！

情景三：退房

阮青海：　　你好，我想退房。
前台服务员：您好，您住几号房呢？
阮青海：　　我住 618 房。
前台服务员：您住了 3 天，房费总共是 600 万盾。您已经交了 50% 的押金，现在结清剩余的 300 万盾，请您确认并在发票上签字。
阮青海：　　好的，我刷卡可以吧？
前台服务员：可以，请您输入密码，并在这个地方签字，祝您旅途愉快！
阮青海：　　谢谢你！
前台服务员：再见！

扫码收看视频

Chủ đề 22   Du lịch: Đặt vé máy bay
第二十二课   旅游之预订机票

一、会话

Hội thoại 1   Tư vấn và đặt vé

Nhân viên bán vé máy bay:	Chào buổi sáng. Tôi có thể giúp được gì cho chị?
Hành khách:	Tôi muốn đặt 1 vé từ Hà Nội đi Đà Nẵng.
Nhân viên bán vé máy bay:	Vâng, khi nào xuất phát ạ?
Hành khách:	Chuyến bay sớm nhất vào ngày mai.
Nhân viên bán vé máy bay:	Dạ vâng, đó là chuyến bay VN155 của Vietnam Airlines khởi hành vào lúc 5 giờ 50 phút sáng ngày mai và đây là một chuyến bay thẳng. Chị muốn đặt vé hạng thương gia hay vé hạng phổ thông?
Hành khách:	Cho tôi đặt 1 vé hạng thương gia.
Nhân viên bán vé máy bay:	Chị đặt vé khứ hồi hay vé một chiều ạ?
Hành khách:	Cho tôi vé một chiều đi, hết bao nhiêu tiền hả anh?

Nhân viên bán vé máy bay:	Vé một chiều hạng thương gia có hai loại: Thương gia tiêu chuẩn là 2.300.000đ và thương gia linh hoạt là 2.600.000đ, đều chưa bao gồm thuế và phụ phí.
Hành khách:	Thế thì cho tôi một vé một chiều hạng thương gia tiêu chuẩn. Ngày mai mấy giờ tôi phải có mặt ở sân bay để làm thủ tục?
Nhân viên bán vé máy bay:	Chị nên đến sớm trước 1 tiếng so với giờ khởi hành để làm thủ tục. Chị còn có thắc mắc gì nữa không ạ?
Hành khách:	Không, cám ơn anh.
Nhân viên bán vé máy bay:	Chúc chị một ngày tốt lành và có một chuyến đi thật vui vẻ.

Hội thoại 2   Làm thủ tục lên máy bay

Nhân viên làm thủ tục:	Chào anh, xin anh cho xem vé máy bay và hộ chiếu.
Hành khách:	Vé máy bay và hộ chiếu của tôi đây.
Nhân viên làm thủ tục:	Mời anh đặt hành lý lên bàn cân ạ. Xin lỗi, vé của anh là vé phổ thông nên hành lý ký gửi tối đa là 20kg. Hiện nay hành lý của anh đã bị quá 2kg. Anh có cần mua thêm cân không ạ?
Hành khách:	Không, tôi sẽ xách tay cái ba lô này, như thế hành lý của tôi chỉ còn 18kg thôi.
Nhân viên làm thủ tục:	Đây là thẻ lên máy bay và tờ khai xuất cảnh. Mời anh điền vào rồi nộp tại bàn xuất nhập cảnh.

Hành khách:	Dạ vâng.
Nhân viên làm thủ tục:	Anh có thể lên máy bay lúc 9 giờ 50 phút tại cửa số 12. Thời gian muộn nhất để đi qua khu vực kiểm tra an ninh là 9 giờ và anh tuyệt đối không được mang theo bất kỳ vật sắc nhọn nào trong hành lý xách tay.
Hành khách:	Dạ vâng.
Nhân viên làm thủ tục:	Ngay bây giờ anh có thể làm thủ tục kiểm tra an ninh và vào khu vực phòng chờ đợi đến giờ bay. Chúc anh có một chuyến bay tốt đẹp.
Hành khách:	Cám ơn, chào chị.

Hội thoại 3   Đổi vé

Hành khách:	Xin lỗi, tôi muốn đổi vé máy bay thì cần làm những thủ tục gì?
Nhân viên làm thủ tục:	Chào quý khách, xin mời quý khách xuất trình hộ chiếu.
Hành khách:	Hộ chiếu của tôi đây.
Nhân viên làm thủ tục:	Chuyến bay của quý khách là chuyến bay VN666 từ Hà Nội đi Nha Trang lúc 7 giờ tối nay. Quý khách muốn đổi vé như nào ạ?
Hành khách:	Tôi muốn đổi ngày bay sang ngày kia, chị xem sáng ngày kia có chuyến bay nào đi Nha Trang không?

Nhân viên làm thủ tục:	Sáng ngày kia có chuyến VN888 từ Hà Nội đi Nha Trang khởi hành lúc 9 giờ 40 phút. Quý khách thấy có được không ạ?		
Hành khách:	Được, cho tôi một vé một chiều, loại vé phổ thông tiêu chuẩn.		
Nhân viên làm thủ tục:	Phí đổi vé trước ngày xuất phát theo quy định là 250.000đ. Giá vé sau khi đổi là 3.000.000đ. Dựa vào mức giá chênh lệch vé, quý khách phải trả cho hãng là 600.000đ.		
Hành khách:	Gửi chị tiền. Cám ơn chị.		
Nhân viên làm thủ tục:	Cám ơn quý khách.		

二、拓展词汇

sảnh đợi máy bay	候机大厅	cửa lên máy bay	登机口
thẻ lên máy bay	登机牌	quầy chỉ dẫn	问讯处
máy check in tự động	自助值机柜		
màn hình thông báo chuyến bay	航班显示屏		
xe đẩy hành lý	行李车	chuyên chở hành lý	搬运行李
khu nhận hành lý	行李领取处	hành lý xách tay	随身行李
quầy đổi ngoại tệ	外币兑换处	cửa hàng miễn thuế	免税商店
tờ khai hải quan	海关申报表	dây an toàn	安全带
áo phao	救生衣	tiếp viên hàng không	空姐
bàn ăn gấp	折叠餐桌	cửa thoát hiểm	紧急出口
màn che cửa sổ	遮阳板	túi nôn	呕吐袋

三、练习

现在是 2019 年 6 月 1 日，小兰的越南朋友阮英俊先生计划 2019 年 9 月 20 日从越南首都河内乘飞机来广西南宁参加中国—东盟博览会，但他不会使用订票软件，向小兰求助，请你用越南语模拟一段小兰和阮英俊先生的对话。

四、参考译文

情景一：查询与预订

售票处工作人员：早上好，我能帮您什么呢？
乘客：我想订 1 张河内到岘港的机票。
售票处工作人员：好的，什么时候出发呢？
乘客：明天最早的航班。
售票处工作人员：好的，越南航空公司 VN155 航班明天早上 5 点 50 分起飞，这是直飞航班，您想订商务舱还是经济舱呢？
乘客：我订一张商务舱。
售票处工作人员：您订往返票还是单程票呢？
乘客：我订一张单程票，多少钱呢？
售票处工作人员：商务舱单程票有两种：标准商务舱 230 万盾，灵活商务舱 260 万盾，都不包含税和附加费。
乘客：那我要一张标准商务舱票，明天我几点要到机场办手续呢？
售票处工作人员：您应在飞机起飞前一个小时到机场办理手续，您还有什么疑问吗？
乘客：没有了，谢谢你！
售票处工作人员：祝您旅程愉快。

情景二：办理登机手续

工作人员： 您好，请出示您的机票和护照。
乘客： 这是我的机票和护照。
工作人员： 请您把行李放上来称一下。很抱歉，您的机票是经济舱票，所以您能托运的行李是20千克。现在您的行李超了2千克，超重部分您需要付费。
乘客： 不用，这个背包我手提，那我的行李就只有18千克了。
工作人员： 这是您的登机牌和出境单，请您填好并交给出入境处。
乘客： 好的。
工作人员： 您可以9点50分在12登机口登机，最晚9点要过安检，您绝对不能在背包里携带锋利物品。
乘客： 好的。
工作人员： 现在您可以办理过安检手续了，然后到候机室等待起飞。祝您旅程愉快！
乘客： 谢谢，再见！

情景三：改签

乘客： 请问，我想改签机票需要办理什么手续呢？
工作人员： 您好，请出示您的护照。
乘客： 这是我的护照。
工作人员： 您的航班是今晚7点河内飞芽庄的VN666航班，您想怎么改签呢？
乘客： 我想改到后天的航班，你看后天早上有飞芽庄的航班吗？
工作人员： 后天早上有趟9点40分河内飞芽庄的VN888航班，您看可以吗？
乘客： 可以，给我一张单程票，标准经济舱票。

工作人员： 出发前改签费用按规定是 25 万越南盾，改签后的票价是 300 万越南盾，根据差价，您还要付 60 万越南盾。

乘客： 给你钱，谢谢！

工作人员： 谢谢您！

扫码收看视频

Chủ đề 23   Du lịch: Thắng cảnh nổi tiếng ở Việt Nam
第二十三课   旅游之越南著名景点

一、会话

Hội thoại 1   Vịnh Hạ Long

Thi: Hùng à, mình nghe nói vịnh Hạ Long của Việt Nam đẹp lắm, cậu đã đi vịnh Hạ Long lần nào chưa?

Hùng: Rồi, mình đã đi hai lần rồi. Vịnh Hạ Long là thắng cảnh nổi tiếng của Việt Nam. Năm 1994 được UNESCO công nhận là Di sản thiên nhiên thế giới, năm 2011 được tổ chức New 7 Wonders tuyên bố là một trong bảy kỳ quan thiên nhiên thế giới mới sau cuộc kiểm phiếu sơ bộ.

Thi: Thế vịnh Hạ Long có cảnh quan như thế nào?

Hùng: Địa hình Hạ Long là đảo, núi xen kẽ giữa các trũng biển, những đảo đá vôi vách đứng tạo nên những vẻ đẹp tương phản, kết hợp hài hòa, sinh động các yếu tố đá, nước và bầu trời.

Thi: Thế các hòn đảo có tên không hả cậu? Hòn đảo nào nổi tiếng?

Hùng: Vịnh Hạ Long bao gồm 1.969 hòn đảo lớn nhỏ, trong đó 989 đảo có tên và 980 đảo chưa được đặt tên. Những hòn đảo nổi tiếng như là đảo Tuần Châu, đảo Ngọc Vừng, đảo Ti Tốp, v.v.

Thi: Thế vịnh Hạ Long cách Hà Nội có xa không?

Hùng: Vịnh Hạ Long là một phần của vịnh Bắc Bộ thuộc tỉnh Quảng Ninh, cách Hà Nội khoảng 160km.

Thi: Từ Hà Nội đến đó có thể đi bằng phương tiện gì? Mất bao lâu?

Hùng: Từ Hà Nội đến đó đi bằng ô tô mất khoảng 3 tiếng.

Thi: Cảm ơn những thông tin mà bạn đã cung cấp. Cuối tuần này mình sẽ đi vịnh Hạ Long chơi một chuyến cho biết.

Hùng: Không có gì. Chúc bạn có một chuyến đi vui vẻ nhé.

Hội thoại 2 Nha Trang

Hải: Chị Hoa ơi, chị đã đi Nha Trang lần nào chưa?

Hoa: Chưa, chị chưa bao giờ đi Nha Trang. Nghe nói Nha Trang đẹp lắm phải không?

Hải: Vâng, đẹp tuyệt. Nha Trang là một thành phố biển của Việt Nam với nhiều điểm du lịch hấp dẫn như Vinpearl Land – khu du lịch Hòn Ngọc Việt, Tháp Bà Ponagar, Hòn Chồng – Hòn Vợ, Viện Hải dương học, Nhà thờ Đá Nha Trang, v.v.

Hoa: Thế khí hậu ở Nha Trang như thế nào?

Chủ đề 23   Du lịch: Thắng cảnh nổi tiếng ở Việt Nam   第二十三课   旅游之越南著名景点

Hải: Nha Trang có khí hậu nhiệt đới xavan chịu ảnh hưởng của khí hậu đại dương. Khí hậu Nha Trang tương đối ôn hòa, nhiệt độ trung bình năm là 26,3 °C, có mùa đông ít lạnh, mùa khô kéo dài và ít bị ảnh hưởng của bão.

Hoa: Ôi, thích thật, mùa hè mà đi Nha Trang du lịch thì thật tuyệt!

Hải: Đúng thế, thời gian thích hợp nhất để đi Nha Trang du lịch là từ tháng 6 đến tháng 8 hằng năm.

Hoa: Nghỉ hè năm nay, chị sẽ đi Nha Trang du lịch. Không biết có những phương tiện gì để đến đó?

Hải: Chị có thể đi máy bay từ Hà Nội đến sân bay Cam Ranh cách trung tâm Nha Trang 35km mất khoảng 2 tiếng. Hãng Jetstar và Vietjet Air rất hay có dịp giảm giá chỉ mất khoảng 700.000 đồng một vé, còn hãng Vietnam Airlines thì giá vé là khoảng 1.550.000 đồng.

Hoa: Thế có xe khách hoặc tàu hỏa đến Nha Trang không?

Hải: Có, xe giường nằm của hãng Hoàng Long với giá vé 620.000đ/chiều/giường và thời gian di chuyển hơn 26 tiếng. Nếu thích ngắm cảnh trên đường đi, chị có thể chọn đi tàu từ Hà Nội đến Nha Trang có giá vé dao động từ 500.000 – 1.400.000đ/người/lượt tuỳ theo loại khoang tàu với thời gian di chuyển từ khoảng 24 đến 28 tiếng.

Hoa: Ừ, chị sẽ chọn đi tàu hỏa để được ngắm cảnh dọc đường mà lại còn được giảm 10% giá vé cho sinh viên.

Hải: Chúc chị đi chơi vui vẻ nhé!

Hội thoại 3   Các thắng cảnh nổi tiếng khác ở Việt Nam

Trúc: Mai ơi, tớ sắp sang Việt Nam du học sẽ có nhiều cơ hội để đi du lịch, bạn có thể giới thiệu cho tớ một vài thắng cảnh của Việt Nam không?

Mai: Việt Nam là một đất nước tuy nhỏ bé, nhưng trên dải đất hình chữ S này có rất nhiều danh lam thắng cảnh nổi tiếng trong và ngoài nước. Bạn có thể đi du lịch xuyên Việt hoặc đi du lịch theo miền.

Trúc: Đi du lịch xuyên Việt có lẽ mất nhiều thời gian, mình muốn tranh thủ mỗi kì nghỉ ngắn ngày đi du lịch một vài nơi thôi. Mình sẽ du học ở Hà Nội nên có lẽ sẽ đi du lịch ở miền Bắc trước, vậy miền Bắc có những thắng cảnh nào nổi tiếng?

Mai: Miền Bắc có Di sản văn hóa thế giới – Hoàng thành Thăng Long ở Hà Nội, Di sản văn hóa và thiên nhiên thế giới – Quần thể danh thắng Tràng An ở tỉnh Ninh Bình, Di sản thiên nhiên thế giới – vịnh Hạ Long ở tỉnh Quảng Ninh, thị trấn Sa Pa ở tỉnh Lào Cai, hồ Ba Bể ở tỉnh Bắc Cạn, v.v.

Trúc: Chà, miền Bắc có nhiều di sản thế giới quá nhỉ! Thế còn miền Trung thì sao?

Mai: Miền Trung có Di sản thiên nhiên thế giới – Phong Nha-Kẻ Bàng ở tỉnh Quảng Bình, Di sản văn hóa thế giới – Cố đô Huế, Di sản văn hóa thế giới – Đô thị cổ Hội An và Thánh địa Mỹ Sơn ở tỉnh Quảng Nam, bãi biển Mỹ Khê và núi Bà Nà ở Đà Nẵng, vịnh Nha Trang, thành phố Đà Lạt, Mũi Né ở Phan Thiết, v.v.

Trúc: Ôi, miền Trung cũng có nhiều di sản thế giới vậy! Nghe nói miền Nam có thành phố Hồ Chí Minh phát triển nhất Việt Nam rất đáng để đi một lần cho biết, ngoài ra còn có điểm du lịch nào đáng để đi nữa hả Mai?

Mai: Miền Nam ngoài thành phố Hồ Chí Minh ra thì còn có chợ nổi Cái Bè ở tỉnh Tiền Giang, chợ nổi Cái Răng ở Cần Thơ, đảo Phú Quốc ở tỉnh Kiên Giang, Côn Đảo ở Bà Rịa – Vũng Tàu, v.v.

Trúc: Việt Nam có nhiều thắng cảnh và điểm du lịch như thế, tớ phải cố gắng học tốt tiếng Việt mới có thể đi du lịch tự túc được.

Mai: Chúc bạn du học vui vẻ và có những chuyến đi thú vị.

二、拓展词汇

bảo tàng	博物馆	bảo tàng thiên nhiên	自然博物馆
nhà thờ	教堂	cung điện	宫殿
lăng	陵墓	bản đồ du lịch	游览图
xe du lịch	游览车		
bảo tàng phong tục dân gian		民俗博物馆	
bảo tàng thiên văn	天文馆	bảo tàng lịch sử	历史博物馆
bảo tàng quân sự	军事博物馆	bảo tàng mỹ thuật	美术馆
bảo tàng nông nghiệp	农业博物馆	bảo tàng sinh vật biển	海洋生物博物馆
bảo tàng côn trùng	昆虫馆	thời gian mở cửa	开放时间
mở cửa miễn phí	免费开放	vé đoàn thể	团体票
vé học sinh	学生票	vé trẻ em	儿童票
du lịch theo đoàn	跟团游		

三、练习

中国有许多历史文化名城。请你用越南语模拟一段对话，向你的越南朋友阮英俊先生介绍一个中国的历史文化名城。

四、参考译文

情景一：下龙湾

阿诗：阿雄，我听说越南的下龙湾很美，你去过下龙湾吗？

阿雄：我已经去过两次了。下龙湾是越南著名的景点。1994年作为自然遗产被联合国教科文组织列入《世界遗产名录》，2011年被世界新七大奇迹基金会评选为"世界新七大自然奇观"之一。

阿诗：那下龙湾的景观是怎么样的呢？

阿雄：下龙湾是海盆地形，海岛、山丘交错，高耸的石灰岛倒影在水面上，与岩石、海水和天空相映成趣，生动和谐。

阿诗：那么这些岛屿有名字吗？哪个岛最出名呢？

阿雄：下龙湾包括1969个大小岛屿，其中989个岛屿有名字，980个岛屿还没有命名，一些著名的岛屿包括巡洲岛、玉王岛和天堂岛等。

阿诗：下龙湾离河内远吗？

阿雄：下龙湾位于广宁省，是北部湾的一部分，离河内大约160千米。

阿诗：从河内到那里可以坐什么交通工具去呢？需要多长时间？

阿雄：从河内到那里可以坐汽车去，大约需要3个小时。

阿诗：谢谢你提供的信息，这个周末我要去下龙湾玩儿。

阿雄：不客气，祝你旅程愉快！

情景二：芽庄

海哥：阿华，你去过芽庄了吗？

阿华：没呢，我从来没有去过芽庄，听说芽庄很美是吗？

海哥：对呀，美极了。芽庄是越南的一个海滨城市，有很多吸引人的景点，比如越南珍珠岛旅游景区、婆那加占婆塔、钟屿石岬角、海洋学研究院和芽庄石教堂等。

阿华：芽庄的气候怎么样？

海哥：芽庄属于受海洋性气候影响的热带草原气候，气候温和，年平均温度是26.3度，冬天不太冷，旱季比较长，很少受台风的影响。

阿华：太好了，夏天去芽庄旅游一定很棒！

海哥：对呀，最适合去芽庄旅游的季节是每年的6月到8月。

阿华：今年夏天，我要去芽庄旅游，不知道有哪些交通工具到那里呢？

海哥：你可以在河内乘坐飞机到金兰湾机场，大约需要2个小时，那里离芽庄市中心35千米，捷星航空公司、越捷航空公司经常打折，票价只需要大约70万越盾，越南航空公司的票价大约是155万越盾。

阿华：有旅游大巴或者火车到芽庄吗？

海哥：有的，黄龙公司的卧铺车单程票价是62万越盾，时间需要26个小时。如果想欣赏沿途风景，你可以选择乘坐河内到芽庄的火车，票价按不同的车厢在50万到140万越盾不等，时间大约在24到28小时。

阿华：嗯，我选择坐火车去，可以沿途欣赏风景，还能享受优惠10%的学生票。

海哥：祝你玩儿得开心！

情景三：越南的其他著名景点

阿竹：阿梅，我很快就要到越南留学了，会有很多机会去旅游，你可以给我介绍一些越南的景点吗？

阿梅：越南虽小，但是在这个S形的国土上有很多国内外的名胜古迹，你可以穿越旅行或者分北部、南部、中部去旅行。

阿竹：穿越旅行可能要花很多时间，我想争取用每个学期短暂的假期去一些地方。我要去河内留学，所以想先去北部旅游，北部有哪些著名的景点呢？

阿梅：北部有河内的世界文化遗产升龙皇城、宁平省的世界文化和自然遗产长安名胜群、广宁省的世界自然遗产下龙湾、老街省的沙巴镇，以及北㴓省的三海湖等。

阿竹：哇，北部有这么多好地方，那中部怎么样呢？

阿梅：中部有广平省的世界自然遗产风牙洞、顺化市的世界文化遗产顺化古都、广南省的世界文化遗产会安古城和美山圣地、岘港的美溪沙滩和巴拿山，还有芽庄湾、大叻市以及藩切市的美奈等。

阿竹：哦，中部也有很多好地方呢！听说南部有越南最繁华的胡志明市，很值得一去，此外还有哪些地方值得去呢？

阿梅：南部除了胡志明市外，还有前江省的盖礮水上市场、芹苴市的盖让水上市场、坚江省的富国岛和头顿省的昆岛等。

阿竹：越南有这么多的名胜古迹和旅游景点，我要学好越南语才能够自助游。

阿梅：祝你留学愉快，旅行开心有趣。

扫码收看视频

Chủ đề 24　Du lịch: Thắng cảnh nổi tiếng ở Hà Nội
第二十四课　旅游之河内的著名景点

一、会话

Hội thoại 1　Hồ Hoàn Kiếm

Cúc:　Hải ơi, em có thể giới thiệu cho chị biết về hồ Hoàn Kiếm, được không?

Hải:　Được ạ. Hồ Hoàn Kiếm hay còn gọi là hồ Gươm, nằm ở trung tâm thành phố Hà Nội. Hồ có diện tích khoảng 12ha. Trước đây, hồ có rất nhiều tên gọi khác như hồ Lục Thủy, hồ Tả Vọng. Nhưng đến đầu thế kỷ 15, hồ mang tên là hồ Hoàn Kiếm, gắn với truyền thuyết vua Lê Lợi trả gươm báu cho Rùa thần.

Cúc:　Thế còn các di tích quanh hồ Hoàn Kiếm như tháp Rùa, đền Ngọc Sơn, cầu Thê Húc thì có lịch sử như thế nào?

Hải:　Tháp Rùa nằm ở trung tâm hồ, được xây dựng vào năm 1886. Tháp hình chữ nhật, có 4 tầng. Đền Ngọc Sơn nằm ở phía Bắc hồ, thờ Trần Hưng Đạo và thờ thần Văn Xương. Cầu Thê Húc dẫn đến cổng đền Ngọc Sơn được xây dựng vào năm 1865, tên cầu có ý nghĩa là nơi đậu ánh sáng mặt trời buổi sáng sớm, cây cầu có màu đỏ son, làm bằng gỗ, có nhiều trụ liên tiếp.

Cúc: Chị còn nghe nói đến tháp Bút và đài Nghiên, hai di tích này cũng ở cạnh hồ hả em?

Hải: Đúng thế chị ạ. Tháp Bút ở trên bờ hướng Đông Bắc hồ, là một ngọn tháp bằng đá cao 5 tầng, được xây dựng vào năm 1865. Đỉnh tháp là một ngòi bút lông dựng ngược, thân tháp có khắc 3 chữ "Tả Thanh Thiên" mang ý nghĩa là viết lên trời xanh. Còn đài Nghiên có kiến trúc hình nghiên mực nằm bên cạnh Tháp Bút, ba chân kê nghiên là hình tượng ba con cóc.

Cúc: Hồ Hoàn Kiếm ngày nay có phải là biểu tượng của thủ đô Hà Nội không em?

Hải: Đúng thế chị ạ. Hồ Hoàn Kiếm là biểu tượng khát khao hòa bình của thủ đô Hà Nội cũng như người dân Việt Nam. Đây là nơi mà ai đã đến Hà Nội đều phải đặt chân đến. Mỗi buổi tối cuối tuần khu vực hồ Hoàn Kiếm là phố đi bộ, thu hút rất nhiều người.

Cúc: Hồ Hoàn Kiếm quả thật là một điểm đến không thể bỏ qua khi tới Hà Nội.

Hội thoại 2   Văn Miếu

Trúc: Chị Lan ơi, ở Hà Nội ngoài hồ Hoàn Kiếm thì còn có thắng cảnh nào nữa không ạ?

Lan: Có chứ em, ngoài hồ Hoàn Kiếm còn có Văn Miếu - Quốc Tử Giám, Hoàng Thành Thăng Long, Chùa Một Cột, v.v.

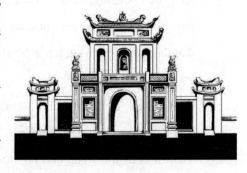

Trúc: Chị có thể giới thiệu cho em biết về Văn Miếu - Quốc Tử Giám không ạ?

Lan: Văn Miếu - Quốc Tử Giám nằm ở phía Nam kinh thành Thăng Long. Hiện nay, Văn Miếu - Quốc Tử Giám đã được xếp hạng là di tích quốc gia đặc biệt. Quần thể Văn Miếu - Quốc Tử Giám bao gồm hồ Văn, vườn Giám mà kiến trúc chủ thể là Văn Miếu nơi thờ Khổng Tử và Quốc Tử Giám là trường đại học đầu tiên của Việt Nam.

Trúc: Văn Miếu - Quốc Tử Giám được xây dựng từ bao giờ hả chị?

Lan: Văn Miếu được xây dựng từ năm 1070, còn Quốc Tử Giám vào năm 1076 mới được xây dựng. Ban đầu, trường chỉ dành riêng cho con vua và con của các bậc đại quyền quý. Đến năm 1253, cho phép con cái của thường dân có thành tích học tập xuất sắc theo học. Năm 1484, những người thi đỗ tiến sĩ từ khoa thi 1442 trở đi đều được cho dựng bia, mỗi khoa một tấm bia được đặt trên lưng rùa.

Trúc: Hiện nay ở Văn Miếu còn bao nhiêu bia tiến sĩ hả chị?

Lan: Các bia tiến sĩ ở Văn Miếu được dựng trong khoảng thời gian 300 năm, hiện nay ở Văn Miếu còn 82 bia tiến sĩ. Các bia đá này đã được UNESCO công nhận là di sản tư liệu thế giới vào năm 2010.

Trúc: Văn Miếu - Quốc Tử Giám đúng là một nơi không thể bỏ qua khi đến Hà Nội!

Hội thoại 3 Vui chơi ở công viên

Linh: Cuối tuần này cả lớp tổ chức đi chơi đấy. Mày có đi không?

Phong: Tao đang tính bảo cả lớp đi công viên chơi, vừa vui, vừa gắn kết tập thể. Hơn nữa, công viên cũng gần, mọi người ai cũng tham gia được.

Linh: Đúng rồi đấy. Mày định đi công viên nào?

Phong: Tao thấy công viên Mặt Trời và công viên nước Hồ Tây là ổn nhất.

Linh: Công viên Mặt Trời có những trò chơi gì?

Phong: Công viên Mặt Trời với các trò chơi như đu quay khổng lồ, tàu điện trên không, rồng thép Thăng Long phù hợp với những ai thích cảm giác mạnh. Ô tô đụng, nhà bóng phù hợp với mấy đứa lười, cần sự thư giãn. Còn lớp mình, ai thích bơi lội thì đi công viên nước Hồ Tây, chơi đường trượt xoắn, đường trượt phao, bể nhảy cầu hay nằm phao nghỉ ngơi trên sông lười.

Linh: Tao thấy cũng hay đấy, công viên cách trường mình có xa không?

Phong: Không xa lắm, 2 công viên này gần nhau, trong cùng một khu vực, nằm ở phía Tây Bắc hồ Tây, đường Lạc Long Quân thuộc quận Tây Hồ.

Linh: Thế giá vé vào cổng như thế nào, có đắt không?

Phong: Giá vé vào cổng tao xem trên mạng chỉ có 30.000 đến 50.000, nhưng chơi trò chơi phải mất thêm tiền. Nếu mua trọn gói thì chỉ có 180.000 đến 200.000 thôi. Tao nghĩ nên mua trọn gói thì rẻ với ưu đãi hơn.

Linh: Được đấy. Chiều nay tao thống kê lại những ai đi rồi mày đặt vé cho lớp nhé.

Phong: Tao tán thành cả hai tay.

二、拓展词汇

nơi nghỉ mát	避暑地	nghỉ mát	度假
giá vé trọn gói	套票	giới thiệu, thuyết minh	解说
quay phim	摄影	ăn ảnh	上镜
lấy cảnh	取景	du lịch sinh thái	生态旅游
bản đồ	地图	hòn non bộ	假山

sông	江，河	hang động	山洞
thác nước	瀑布	thung lũng	山谷
cầu	桥	đảo	岛
hồ	湖	biển	海

三、练习

你的中国朋友小兰打算暑假去越南河内旅游，请你用越南语模拟一段对话，向小兰推荐旅游路线和旅游景点，并说明理由。

四、参考译文

情景一：还剑湖

小菊：阿海，你可以给我介绍一下还剑湖吗？

阿海：好的，还剑湖又称为剑湖，位于河内市中心。面积大约12公顷。以前有很多其他的名称，比如绿水湖、左望湖。但是到了15世纪初，命名为还剑湖，和传说中黎利皇帝把宝剑还给神龟有关。

小菊：那还剑湖附近的遗迹如龟塔、玉山祠和栖旭桥有什么历史呢？

阿海：龟塔在湖的中心，建于1886年，共4层，呈长方形。玉山祠在湖的北面，祭祀陈兴道和文昌神。通往玉山祠大门的栖旭桥建于1865年，桥名的含义是清晨阳光最先照耀到的地方，用木头建造的桥身是红漆色，有很多连排的柱子。

小菊：我还听说了笔塔和砚台，这两个遗迹也在湖的旁边吗？

阿海：对的，笔塔在湖的东北岸上，是一座5层高的石塔，建于1865年。塔顶状如毛笔，塔身上刻有"写青天"三个字，其意义是写到湛蓝的天空上。砚台是位于笔塔旁形状与砚墨台相似的建筑，砚台的三只脚是三只青蛙的形象。

小菊：今天的还剑湖是不是首都河内的象征呢？

阿海：是啊，还剑湖是首都河内的象征，也是越南人民渴望和平的象征。这里是来河内的人必去的地方，每到周末的晚上都吸引很多人来这里散步。

小菊：还剑湖确实是河内一个不可错过的景点。

情景二：文庙—国子监

阿竹：兰姐，在河内除了还剑湖还有哪些名胜古迹呢？

阿兰：有呀，除了还剑湖，还有文庙—国子监、升龙皇城和独柱寺等。

阿竹：你可以给我介绍一下文庙—国子监吗？

阿兰：文庙—国子监位于升龙皇城南面，如今被列为国家特级遗迹。国子监建筑群包括文湖、监园，其主体建筑是供奉孔子的文庙和越南的第一所大学国子监。

阿竹：文庙—国子监建于什么时候呢？

阿兰：文庙建于 1070 年，国子监是 1076 年才建。起初，学校只对皇帝和达官贵族的子弟开放。到了 1253 年，学校才允许成绩优异的平民子弟入读。1484 年，那些从 1442 年起考上进士的人被记载在进士碑上，每一年都会有新的进士碑立在石龟的背上。

阿竹：现在在文庙还有多少进士碑呢？

阿兰：文庙的进士碑是在大约 300 年间陆续立起来的，如今文庙还剩下 82 座进士碑。这些石碑在 2010 年被联合国教科文组织列入世界记忆名录。

阿竹：文庙—国子监确实是一个来到河内不可错过的地方！

情景三：在公园游玩

阿玲：这个周末全班组织去玩儿哦，你去吗？

阿峰：我正打算说全班去公园玩儿的事呢，既开心又能增强集体凝聚力，而且，公园也近，大家都可以参加。

阿玲：对呀，你打算去哪个公园呢？

阿峰：我看太阳公园和西湖水上公园不错。

阿玲：太阳公园有哪些好玩儿的设施呢？

阿峰：太阳公园有很多游乐项目，比如大型摩天轮、轻轨和升龙铁龙适合那些喜欢刺激的游人，而碰碰车、海洋球馆适合那些想要休闲的游人。至于我们班，谁喜欢游泳就去西湖水上公园玩儿螺旋滑道、水上滑梯、跳水池或在懒河上漂流。

阿玲：我觉得太棒啦，公园离我们学校远吗？

阿峰：不是很远，这两个公园离得挺近，都在一个区，位于西湖郡骆龙君路，西湖的西北面。

阿玲：门票多少？贵吗？

阿峰：我在网上看到门票是3万到5万越盾，但是游乐项目要另外花钱，如果买全套票就只需18到20万越盾而已，我想买全套票会优惠很多。

阿玲：好的，那我今天下午统计一下去的人数，然后你帮全班订票吧。

阿峰：我举双手赞成。

Chủ đề 25   Thể dục thể thao
第二十五课   体育运动

一、会话

Hội thoại 1   Môn thể thao yêu thích

Lan: Hải ơi, cậu thích nhất môn thể thao nào?

Hải: Tớ thích nhất môn bóng rổ. Còn cậu?

Lan: Tớ thích cầu lông. Tại sao cậu lại thích bóng rổ thế?

Hải: Tớ cũng không biết nữa. Hồi bé tớ thấy anh trai tập bóng rổ, thế là cũng tập thử, sau dần dần đam mê đến tận bây giờ. Tớ thấy cậu đánh cầu lông rất giỏi, cậu đánh cầu lông từ nhỏ à?

Lan: Không. Tớ lên cấp ba mới bắt đầu học đánh cầu lông. Nó là môn học tự chọn trong trường tớ, ban đầu cứ nghĩ học đánh cho vui thôi, ai dè lâu ngày nó thành đam mê, một ngày không đụng vào vợt cứ cảm thấy thiếu thiếu.

Hải: Tớ thấy chơi cầu lông rất tốt cho sức khỏe, nó giúp xương chắc khỏe hơn, hệ thống tim mạch và hô hấp tốt hơn. Đặc biệt, nó còn tăng cường sự phản xạ. Cậu ngày nào cũng đánh cầu lông à?

Lan: Ừ, tớ chiều nào tan học cũng ở lại trường đánh cầu lông 2 tiếng đồng hồ mới về. Còn cậu, cậu có hay chơi bóng rổ không?

Hải: Tớ dạo này học hành bận quá, chỉ cuối tuần rảnh mới có thời gian chơi, tớ hay chơi ở sân bóng rổ của trường.

Lan: Thế cuối tuần này, cậu dạy tớ chơi bóng rổ nhé, còn tớ sẽ dạy cậu đánh cầu lông. Cậu thấy thế nào?

Hải: Được. Thế chủ nhật tớ sẽ mang bóng đi còn cậu nhớ mang theo vợt nhé.

Lan: Nhất trí.

Hội thoại 2 Xem World Cup

Lan: Hải ơi, World Cup năm nay được tổ chức ở đâu hả em?

Hải: World Cup năm nay được tổ chức ở Nga, hình như đêm nay khai mạc xong sau đó đá luôn trận đầu tiên bảng A chị ạ.

Lan: Ừ, trận đầu tiên là của nước chủ nhà Nga với Ả Rập Xê Út.

Hải: Thế chị Lan thích đội bóng nào nhất?

Lan: Chị thích nhất đội Brazil, đây là đội bóng đã tham dự tất cả các kỳ World Cup, cũng là đội có số lần vô địch nhiều nhất với 5 lần. Còn em, em thích đội bóng nào?

Hải: Em thì thích đội Đức. Trong những kì World Cup gần đây, đội Đức luôn có phong độ rất tốt, đặc biệt là kì World Cup năm 2014 tại Brazil, Đức đã thắng Brazil ở trận bán kết với tỉ số không tưởng 7-1. Tính đến thời điểm này thì vua phá lưới của giải đấu cũng thuộc về Đức.

Lan: Đúng là đội Đức năm nay rất mạnh, họ sở hữu những cầu thủ chất lượng, kĩ thuật đồng đều và là một tập thể đoàn kết. Nhưng chị tin tại giải đấu bóng đá lớn nhất hành tinh năm nay, Brazil sẽ chứng tỏ được rằng: "Phong độ chỉ là nhất thời, đẳng cấp mới là mãi mãi."

Hải: Nhưng phải nói năm nay có rất nhiều đội mạnh đã dừng bước ngay từ vòng ngoài như "Cơn lốc màu da cam – Hà Lan" hay "Đoàn quân áo thiên thanh – Italia".

Lan: Em có biết năm nay châu Á mình có đại diện nào tham dự không?

Hải: Ở khu vực châu Á, em nghĩ chỉ có thể trông chờ vào Hàn Quốc, Nhật Bản sẽ làm nên kỳ tích. Còn Úc, Ả Rập Xê Út hay Iran, em thấy không có nhiều hi vọng lắm.

Lan: Em có biết kỳ World Cup sau, nước nào đăng cai tổ chức không?

Hải: World Cup 4 năm tổ chức 1 lần, theo như dự kiến thì World Cup 2022 được tổ chức ở Qatar chị ạ.

Hội thoại 3   Lợi ích của thể thao

Học sinh: Cháu chào cô, cô đi đâu đấy ạ?

Cô: À, cô đang định đi tập thể dục. Cháu đi đâu về đấy?

Học sinh: Cháu vừa mới đi học về. Hôm nay trời nóng như thế mà cô cũng đi tập ạ?

Cô: Đương nhiên rồi. Tập thể dục mỗi ngày giúp cho não bộ hoạt động tốt hơn, giảm bớt các bệnh ung thư, cải thiện tim mạch, hệ hô hấp và quá trình trao đổi chất. Ngoài ra tập thể dục còn làm giảm căng

thắng, lo âu, ngủ ngon hơn.	
Học sinh:	Thì ra tập thể dục lại có nhiều lợi ích như vậy. Thế mà từ trước đến nay, cháu cứ lười tập, suốt ngày chỉ có ngủ và ở nhà nằm đọc sách.
Cô:	Nếu cháu mệt có thể ở nhà nghỉ ngơi, nhưng mỗi ngày nên dành ra 30 phút đến 1 tiếng để vận động. Ví dụ như cô, mỗi buổi chiều cô đều chạy bộ 30 phút, chạy xong có cảm giác rất thoải mái, ăn ngon hơn, ngủ cũng sâu hơn.
Học sinh:	Dạ vâng, thanh niên như bọn cháu thì nên tập thể dục như nào cho hiệu quả hả cô?
Cô:	Cháu còn trẻ, có thể tham gia một số môn thể thao như bóng đá, cầu lông, bóng rổ, v.v. Tập thể dục còn làm đẹp da và có thể giảm cân nữa đấy.
Học sinh:	Dạ vâng, thế bắt đầu ngay từ ngày hôm nay cháu sẽ tập thể dục thể thao ạ.

二、拓展词汇

ngôi vô địch, quán quân	冠军	ngôi vị á quân	亚军
ngôi vị thứ ba	季军	huy chương vàng	金牌
huy chương bạc	银牌	huy chương đồng	铜牌
huy chương	奖牌	cúp	奖杯
bục nhận huy chương	领奖台	lễ trao giải	颁奖仪式
đuốc	火炬	lễ khai mạc	开幕式
lễ bế mạc	闭幕式	kéo cờ, chào cờ	升国旗
tấu quốc ca	奏国歌	vận động viên	运动员
nhóm nữ	女子组	nhóm nam	男子组
tạm dừng	暂停	thay người	换人
cổ động viên	啦啦队		

三、练习

　　2018年世界杯足球赛火热进行中,请你用越南语模拟一段你和朋友观看2018年世界杯足球比赛的对话,说明比赛性质、对阵双方、赛况、结果等。

四、参考译文

情景一：喜欢的运动项目

阿兰：阿海,你最喜欢哪个运动项目呢?

阿海：我最喜欢篮球,你呢?

阿兰：我喜欢羽毛球,为什么你那么喜欢篮球呢?

阿海：我也不知道,小时候看到哥哥练篮球,也试着练,后来慢慢就迷上了,一直到现在。我看你羽毛球打得很棒啊,你是小时候就打羽毛球的吗?

阿兰：不是的,我上了高中才开始打羽毛球,是我们学校的选修课。开始的时候是打着玩儿的,没想到久了就迷上它啦,一天不摸球拍都会觉得少了点儿什么。

阿海：我觉得打羽毛球对身体很好啊,让人的筋骨更强壮,心血管和呼吸系统更强健,特别是还能增强反应能力。你每天都打羽毛球吗?

阿兰：是的,我每天下午放学后都留在学校打2个小时才回家。你呢?经常打篮球吗?

阿海：我最近学习太忙了,只是周末空闲的时候才打,我经常在学校的篮球场打。

阿兰：那这个周末,你教我打篮球,我教你打羽毛球,你看怎么样?

阿海：好啊,周日我带上篮球,你记得带上球拍哦。

阿兰：好的。

情景二：观看足球世界杯赛

阿兰：阿海，今年的足球世界杯在哪里举行呢？

阿海：今年的足球世界杯在俄罗斯举行，好像今晚开幕式之后 A 组先开赛。

阿兰：嗯，开幕战是东道主对沙特阿拉伯队。

阿海：你喜欢哪个队呢？

阿兰：我最喜欢巴西队，这是参加了历届足球世界杯赛的球队，也是夺冠次数最多、取得了 5 次冠军的球队。那你呢？你喜欢哪支球队呢？

阿海：我喜欢德国队，在近年来的足球世界杯赛中，德国队一直是很有风度的球队，特别是 2014 年在巴西举办的那届世界杯，德国队在半决赛中以不可思议的 7:1 比分战胜了巴西队，迄今为止比赛的最多进球记录还属于德国队。

阿兰：今年的德国队确实很强，他们所有的球员水平都很高，技术均衡，而且是一支团结的队伍。但是我相信在今年的世界顶级足球赛事上，巴西可以证明："风度只是一时，水平才是永恒。"

阿海：不过，不得不说今年很多强队都止步于小组赛，比如橙色军团荷兰和蓝色军团意大利。

阿兰：你知道今年亚洲有哪些代表队参加吗？

阿海：在亚洲，我想只能靠韩国和日本创造奇迹了，澳大利亚、沙特阿拉伯和伊朗，我都不抱太多希望。

阿兰：你知道下一届的世界杯在哪个国家举办吗？

阿海：世界杯 4 年举办 1 次，下一届 2022 年的世界杯在卡塔尔举办。

情景三：运动的好处

学生：阿姨好，您去哪儿呢？

阿姨：我正打算去运动呢，你从哪里回来呀？

学生：我刚放学回来，今天天气那么热，您也去运动呀？

阿姨：必须的呀，每天运动有助于大脑更好地工作，降低癌症发病率，改善心血管和呼吸系统，促进新陈代谢。此外运动还可以减缓紧张、忧虑，改善睡眠质量。

学生：原来运动有这么多好处啊，一直以来我都懒得运动，整天就是睡觉或躺家里看书。

阿姨：如果你累了就在家休息，但是每天应该腾出 30 分钟到 1 个小时来运动。像我，每天下午我都跑步 30 分钟，跑完后感觉很爽，吃得香睡得好。

学生：好的，那像我们这样的年轻人应该怎么运动才有效果呢？

阿姨：你还年轻，可以参加一些运动项目，比如足球、篮球和羽毛球等，运动还能改善皮肤，有助于减肥呢。

学生：好的，那我从今天就开始运动啦。

Chủ đề 26 Mua sắm: Ở siêu thị
第二十六课 购物之超市里

一、会话

Hội thoại 1 Ở siêu thị

Ninh: Nam ơi, siêu thị Big C rộng và đẹp quá nhỉ?

Nam: Ừ, ở đây có đầy đủ các mặt hàng như mỹ phẩm, quần áo, giày dép, đồ dùng hàng ngày, thực phẩm, v.v. Bạn muốn mua gì?

Ninh: Tớ mới sang Việt Nam nên cần mua một ít đồ dùng hàng ngày như kem đánh răng, nước gội đầu, sữa tắm, v.v.

Nam: Thế thì chúng mình đi lên tầng hai, quầy hàng đồ dùng hàng ngày ở trên đó.

Ninh: Tớ thấy quầy hàng đó rồi, có rất nhiều hãng mà ở Trung Quốc cũng có như kem đánh răng Colgate, nước gội đầu và sữa tắm Pantene, v.v.

Nam: Đúng rồi, những hãng này là hãng quốc tế nên hầu như ở nước nào cũng có.

Ninh: Tớ chọn xong rồi, chúng mình đi đâu ăn trưa? Tớ đói rồi.

Nam: Không phải đi đâu nữa, ngay dưới tầng một có các quầy bán đồ ăn ngon mà giá lại vừa phải.

Ninh: Thế chúng mình xuống đó ăn đi.

Nam: Ừ, đi đi.

Hội thoại 2   Chọn mua hàng

Nam: Chị ơi, cho em xem cái áo màu xanh kia với.

Người bán hàng: Đây em. Kiểu này còn có màu đen và màu trắng, em xem đi.

Nam: Ôi nhiều quá! Em có thể thử cả ba màu được không chị?

Người bán hàng: Được, em mặc cỡ bao nhiêu để chị lấy?

Nam: Dạ, em mặc cỡ L ạ.

Người bán hàng: Đây em cứ thử thoải mái đi. Phòng thử ở đằng kia.

Nam: Chị thấy em mặc màu nào hợp ạ?

Người bán hàng: Em đẹp trai thế, mặc màu nào cũng đẹp. Hay em mua cả ba cái đi, chị bán giá hữu nghị cho.

Nam: Ôi, em là sinh viên làm gì có tiền mà mua nhiều thế. Em chỉ mua một cái thôi. Bao nhiêu tiền hả chị?

Người bán hàng: 200 nghìn đồng một cái, không đắt đâu.

Nam: Có chương trình khuyến mại không hả chị?

Người bán hàng: Có, mua hai cái thì được giảm 5%, mua ba thì giảm 10%, còn mua một thì không được giảm.

Nam: Thôi, em mua một cái thôi. Gửi tiền chị.

Người bán hàng: Cảm ơn em nhé. Lần sau lại đến mua cho chị nhé.

Hội thoại 3 Thanh toán

Nam:	Chị ơi, ở đây có thể thanh toán bằng gì ạ?
Nhân viên thu ngân:	Em có thể thanh toán bằng tiền mặt, quẹt thẻ ngân hàng hoặc qua ví điện tử.
Nam:	Dạ, thẻ ngân hàng của em là thẻ Trung Quốc, có quẹt được không hả chị?
Nhân viên thu ngân:	Nếu thẻ của em là thẻ Visa, Mastercard hoặc China UnionPay thì được em ạ.
Nam:	Thế có thể thanh toán bằng Alipay hay qua Wechat không ạ?
Nhân viên thu ngân:	Không được em ạ. Em có thể sử dụng các loại ví điện tử như MoMo, ZaloPay, VTCPay, v.v.
Nam:	Dạ, thế em có thẻ UnionPay, em quẹt thẻ thanh toán cho chị nhé.
Nhân viên thu ngân:	Ừ, em đưa thẻ cho chị và nhập mật khẩu vào đây rồi xác nhận lại một lần nữa là xong.
Nam:	Vâng, đây chị.
Nhân viên thu ngân:	Em ký tên vào đây nhé.
Nam:	Vâng.

二、拓展词汇

xe đẩy mua hàng	购物车	quầy phục vụ	服务台
nhân viên bán hàng siêu thị	导购		
quầy thu ngân	收银台	nhân viên thu ngân	收银员
thẻ hội viên	会员卡	giỏ mua hàng	购物篮
đồ ăn vặt	零食	kẹo	糖果
túi ni lông	塑料袋	bánh ngọt	糕点
cái cân	秤	túi sinh thái	环保袋
chế phẩm sữa	乳制品	đồ hộp	罐头食品
hàng tạp hóa	日用杂货	đồ đông lạnh	冷冻食品
tủ đông lạnh	冷柜	thức ăn chín	熟食
mỹ phẩm	化妆品		

三、练习

一天你来到越南首都河内市中心的 Big C 超市，打算购买一瓶潘婷沐浴露和一盒高露洁牙膏，并用中国银联卡结账。请你用越南语模拟练习购买过程。

四、参考译文

情景一：在超市里

阿宁：阿南，Big C 超市好宽敞好漂亮哦！
阿南：嗯，这里的商品很齐全，比如化妆品、衣服、鞋子、日常用品和食品等，
　　　你想买什么呢？
阿宁：我刚到越南，需要买一些日用品，比如牙膏、洗发水和沐浴露等。

阿南：那我们上二楼，日用品都在那里。

阿宁：我看到了日用品的货架了，有很多中国也有的牌子，比如高露洁牙膏、潘婷洗发水和沐浴露等。

阿南：是啊，这些牌子都是国际品牌，几乎每个国家都有。

阿宁：我选好了，我们去哪里吃午饭呢？我饿了。

阿南：不用去哪里啦，一楼就有各种好吃的，而且价格适中。

阿宁：那我们下去吃吧。

阿南：嗯，走吧。

情景二：选购商品

阿南：　你好，请把那件蓝色的衣服拿给我看看。

售货员：好的，这个款式还有黑色和白色的，你看吧。

阿南：　哦，好多！我可以3种颜色都试一下吗？

售货员：可以，你穿多大码呢？

阿南：　我穿L码。

售货员：你尽管试，试衣间在那头儿。

阿南：　你觉得我适合穿什么颜色呢？

售货员：你这么帅，穿什么颜色都好看。要不你3件都买呗，我给你个友情价。

阿南：　哎，我一个学生哪有钱买那么多，我只买1件而已，多少钱呢？

售货员：20万盾1件，一点儿都不贵。

阿南：　有促销活动吗？

售货员：有啊，买2件减5%，买3件减10%，买1件没有优惠。

阿南：　算了，我就买1件吧，给你钱。

售货员：谢谢啦，欢迎下次光顾。

情景三：结账

阿南： 你好，请问这里可以用什么结账呢？

收银员：你可以用现金、刷银行卡或者通过电子钱包结账。

阿南： 我的银行卡是中国的卡，可以刷吗？

收银员：如果你的卡是维萨卡、万事达卡或者中国银联卡就可以。

阿南： 可以用支付宝或者微信支付吗？

收银员：不行的，你可以用电子钱包，比如 MoMo、ZaloPay、VTCPay 等。

阿南： 好的，那我有银联卡，可以用卡结账。

收银员：好的，你把卡给我，在这里输入密码并且确认就好了。

阿南： 好的。

收银员：你在这里签字吧。

阿南： 好的。

扫码收看视频

Chủ đề 27   Mua sắm: Ở chợ
第二十七课   购物之菜市里

一、会话

Hội thoại 1   Ở chợ

Nam: My ơi, ở chợ Nhân Chính này mặt hàng gì cũng có, lại ở gần làng sinh viên Hacinco nữa.

My: Ừ, đúng rồi, đến đây cậu có thể chọn bất kỳ những món hàng nào mà mình yêu thích từ thực phẩm cho đến các đồ trang sức mạ vàng hay mạ bạc.

Đây là nơi tập trung những món đồ rẻ nhất phù hợp với túi tiền của sinh viên nhưng cũng không kém phần chất lượng.

Nam: Tớ thấy rồi, nào là dãy hàng khô, nào là dãy hàng thịt, cá tươi sống, nào là dãy hàng rau, nào là dãy hàng quà sáng, v.v chẳng thiếu thứ gì. Buổi sáng đến đây ăn sáng rồi đến lớp cũng được đấy.

My: Buổi sáng luôn là thời điểm thích hợp dành cho những người "sành" về đi chợ bởi bao giờ cũng vậy buổi sáng là nơi tập trung những đồ ăn tươi ngon nhất chất lượng nhất cho nên chợ luôn đông đúc vào buổi sáng.

Nam: Thế chúng mình vào dãy hàng quà sáng ăn bát phở rồi đi học nhé.

My: Ừ, chúng mình ăn sáng ở chợ vừa được thưởng thức các món quà sáng của Hà Nội, lại có thể luyện khẩu ngữ tiếng Việt nữa.

Nam: Quả đúng là một mũi tên trúng hai đích. Thế trưa chúng mình tan lớp lại có thể đi ăn cơm bình dân ở chợ. Chiều chúng mình đi mua rau tự nấu cơm cậu thấy thế nào?

My: Ừ, được. Chúng mình ở cạnh phòng nhau cùng nấu cơm ăn cho vui, đi du học xa nhà thì phải học cách sống tự lập thôi.

Hội thoại 2   Chọn mua hải sản

Nam: Chị ơi, các loại hải sản chị bán đều là đánh bắt ở biển hay là nuôi ạ?

Chủ hàng: Hải sản tự nhiên được đánh bắt ở biển đó em, tươi ngon lắm, chủng loại phong phú, giá cả phải chăng, em mua đi.

Nam: Dạ, hôm nay em muốn nấu một bữa toàn hải sản, em nên mua những loại nào hả chị?

Chủ hàng: Ôi, thế thì em có thể mua tôm he để xào, cá song hấp, ngao nấu canh, v.v.

Nam: Giá bán mỗi loại là bao nhiêu tiền một cân ạ?

Chủ hàng: Tôm he 800.000đ một cân, cá song 300.000đ một cân và ngao 45.000đ một cân. Giá của chị là rẻ nhất chợ rồi, em cứ thử hỏi vài hàng mà xem.

Nam: Thì em có phải chỉ mua một loại đâu, em mua cho chị ba loại còn gì, chị bớt một chút có được không ạ?

Chủ hàng: Thế em lấy mỗi loại bao nhiêu để chị còn tính?

Nam:	Dạ, thế chị cho em nửa cân tôm he, một con cá song khoảng nửa cân và một cân ngao, tất cả hết bao nhiêu tiền ạ?
Chủ hàng:	Nửa cân tôm he 400.000đ, con cá song này già nửa cân chị tính em 150.000đ, còn một cân ngao là 45.000đ, tổng cộng là 595.000đ.
Nam:	Em không biết chọn hải sản, chị chọn giúp em nhé.
Chủ hàng:	Em cứ yên tâm, chị chọn cho em toàn con tươi roi rói, cá chị làm sạch sẽ cho em rồi.
Nam:	Cám ơn chị, gửi tiền chị ạ. Chúc chị đắt hàng nhé.
Chủ hàng:	Lần sau lại đến mua cho chị nhé.

Hội thoại 3   Chọn mua hoa quả

Nam:	Chị ơi, hoa quả mới nhập hôm nay phải không chị?
Chủ hàng:	Ừ, hoa quả tươi ngon lắm. Em mua loại nào chị bán mở hàng cho?
Nam:	Sầu riêng bao nhiêu tiền một cân ạ?
Chủ hàng:	80.000đ một cân em ạ, mua đi, sầu riêng chín cây chứ không phải loại ngâm tẩm hóa chất để làm chín đâu, em cứ yên tâm.
Nam:	Vâng, chị chọn cho em một quả nhỏ thôi ạ. Còn măng cụt bán thế nào ạ?
Chủ hàng:	Măng cụt 70.000đ một cân. Đây em xem măng cụt của chị cuống còn xanh tươi nguyên, có nhiều múi, ngon lắm, mùa hè ăn vừa mát lại vừa bổ.
Nam:	Ôi, măng cụt đắt gần bằng sầu riêng cơ à? Thôi em không mua măng cụt, để hôm nào rẻ thì em mua. Thế chôm chôm bao nhiêu tiền một cân ạ?

Chủ hàng: Chôm chôm thì 50.000đ, ngọt và mọng nước lắm. Em mua mấy cân chị chọn cho?

Nam: Chị chọn giúp em hai cân chôm chôm ạ. Tất cả hết bao nhiêu tiền ạ?

Chủ hàng: Quả sầu riêng này gần hai cân, chị tính em 150.000đ thôi, hai cân chôm chôm là 100.000đ, tổng cộng là 250.000đ. Chị lồng hai túi ni-lông để em cầm cho chắc rồi.

Nam: Cám ơn chị, gửi tiền chị ạ. Chúc chị đắt hàng nhé.

Chủ hàng: Lần sau lại đến mua cho chị nhé.

二、拓展词汇

bí đao	冬瓜	măng	竹笋
dưa chuột	黄瓜	mướp	丝瓜
mướp đắng	苦瓜	khoai tây	土豆
bí đỏ	南瓜	cà tím	茄子
rau chân vịt	菠菜	nấm	蘑菇
hành tây	洋葱	ớt xanh	青椒
cải dầu	油菜	củ sen	藕
đậu đũa	豆角	rau cần	芹菜
xà lách	生菜	khoai sọ	芋头
củ cải trắng	白萝卜	cà rốt	胡萝卜

三、练习

小明打算去菜市购买海鲜和水果招待青海，请根据这一情景，用越南语模拟小明和摊主讨价还价的对话。

四、参考译文

情景一：在菜市里

阿南： 阿媚，仁正菜市什么东西都卖，又在 Hacinco 学生村附近。

阿媚： 对呀，你可以到那里选自己喜欢的任何东西，从食品到各种镀金镀银的饰品。那里的东西便宜，质量也不错，适合学生消费水平。

阿南： 我看到啦，有干货行、活鱼鲜肉行、蔬菜行和水果行等，啥都有。早上到那里吃早餐，然后再去上课也可以呢。

阿媚： 早上通常是那些"懂行"的人赶集的好时机，因为那里的食品新鲜、好吃，又有质量保证，因此早上人特别多。

阿南： 那我们去早点行吃碗粉再去学校呗。

阿媚： 好的，我们在菜市吃早点，既能品尝河内的各种早点，还可以练习口语。

阿南： 确实是一箭双雕，那我们中午放学还可以去菜市吃快餐，下午我们去买菜回来自己做饭，你觉得怎么样？

阿媚： 可以啊，我们房间就在隔壁，一起做饭吃吧，离开家来留学就要学会独立生活了。

情景二：选购海鲜

阿南： 你好，你卖的海鲜是海里捕捞的还是养殖的呢？

摊主： 是海里捕捞的天然海产哦，新鲜得很，品种丰富，价格适中，你买点儿呗。

阿南： 好的，今天我想做一顿全海鲜宴，我应该买哪几种呢？

摊主： 那你可以买明虾来炒，做清蒸石斑鱼，煮车螺汤，等等。

阿南： 每样卖多少钱1千克呢？

摊主： 明虾80万盾1千克，石斑鱼30万盾1千克，车螺是4.5万盾1千克，我卖的价格是全菜市最便宜的啦，你去其他几家看看嘛。

阿南： 我又不是只买一样，照顾你买三样呢，你便宜一点儿可以吗？
摊主： 你每样要多少？让我算算。
阿南： 你帮我称 500 克明虾，一条大约 500 克的石斑鱼和 1 千克车螺，总共多少钱呢？
摊主： 500 克明虾 40 万越南盾，这条石斑鱼 500 克多一点儿，我给你算 15 万越南盾，1 千克车螺是 4.5 万越南盾，总共是 59.5 万越南盾。
阿南： 我不懂选海鲜，你帮我选呗。
摊主： 你放心，我帮你选的都是活蹦乱跳的，石斑鱼也帮你弄干净啦。
阿南： 谢谢你，付你钱，祝你生意兴隆。
摊主： 下次再来哦。

情景三：选购水果

阿南： 你好，这是今天刚进的水果吧？
摊主： 对呀，水果新鲜着呢，你买哪种我给你批发价。
阿南： 榴莲多少钱 1 千克呢？
摊主： 8 万越南盾 1 千克，这是树上自然熟的榴莲，不是用化学剂催熟的哦，你尽管放心。
阿南： 好的，你帮我选一个小点儿的。山竹怎么卖呢？
摊主： 山竹 7 万越南盾 1 千克，你看我的山竹蒂还鲜绿鲜绿的，有很多瓣，可好吃了，夏天吃既凉爽又滋补。
阿南： 山竹和榴莲差不多价钱呀？那我不买山竹了，哪天便宜点儿我再买。毛荔枝多少钱 1 千克呢？
摊主： 毛荔枝 5 万越南盾 1 千克，甜，熟软多汁，你买多少我帮你选。
阿南： 你帮我选 2 千克毛荔枝，总共是多少钱呢？

摊主：这只榴莲近2千克，我给你算15万越南盾好了，2千克的毛荔枝是10万越南盾，总共是25万越南盾，我给你套两个尼龙袋，拿着结实些。

阿南：谢谢你，付你钱，祝你生意兴隆。

摊主：下次再来哦。

扫码收看视频

Chủ đề 28   Điện thoại di động
第二十八课   手机生活

一、会话

Hội thoại 1   Điện thoại thông minh

Nam: Cô Thủy ơi, cô đang dùng điện thoại di động loại nào ạ?

Cô Thủy: Cô đang dùng điện thoại đen trắng. Còn cháu?

Nam: Cháu đang dùng điện thoại thông minh ạ. Sao cô không dùng điện thoại thông minh ạ?

Cô Thủy: Cô thấy giới trẻ bây giờ dùng điện thoại thông minh rất nhiều, thế điện thoại thông minh có gì khác so với điện thoại đen trắng hả cháu?

Nam: Điện thoại thông minh có rất nhiều tính năng vượt trội, cô ạ. Thông qua kết nối Wi-Fi hay 4G, 5G cô có thể sử dụng chức năng định vị GPS giúp cho việc đi lại dễ dàng hơn, lướt web đọc báo, xem phim, nghe nhạc, chơi game hay đơn giản là thanh toán hóa đơn, chỉ cần quẹt điện thoại qua máy thanh toán là xong.

Cô Thủy:	Thì ra điện thoại thông minh có nhiều tính năng như vậy.
Nam:	Ngoài ra, điện thoại thông minh còn có kho ứng dụng vô cùng phong phú, nhờ đó cô có thể biến chiếc điện thoại của mình thành điều khiển ti-vi, điều hòa, thiết bị theo dõi sức khỏe, các tính năng như chụp ảnh, quay phim cũng cho chất lượng rõ nét hơn. Lúc rảnh rỗi, cô có thể lên mạng xã hội trò chuyện với bạn bè hoặc gọi video.
Cô Thủy:	Gọi video là chức năng gì hả cháu? Trên điện thoại cô không có chức năng này.
Nam:	Gọi video là chức năng gọi điện thoại trực tuyến, cô có thể xem trực tiếp hình ảnh của người cô đang gọi điện thoại.
Cô Thủy:	Như thế thì quá tiện rồi. Thế một chiếc điện thoại thông minh có đắt không cháu?
Nam:	Điện thoại thông minh bây giờ không đắt, cô ạ. Khoảng 2-3 triệu là đã có thể sở hữu một chiếc điện thoại thông minh với các tính năng trên rồi. Ngoài ra, có những chiếc điện thoại có thiết kế đẹp, chất lượng tốt, sử dụng công nghệ mới nhất thì có giá lên đến 15-20 triệu.
Cô Thủy:	Thế cũng không đắt lắm. Cô dùng chiếc điện thoại đen trắng này cũng 3-4 năm nay rồi. Nó bền, nhỏ gọn, pin khỏe, giá rẻ nên có mất hay hỏng cũng không tiếc.
Nam:	Cháu nghĩ cô nên dùng thử điện thoại thông minh một thời gian, có lẽ cô sẽ rất thích nó đấy ạ.
Cô Thủy:	Cám ơn cháu, cô sẽ thử.

Hội thoại 2   Chọn mua điện thoại

Nhân viên cửa hàng: Kính chào quý khách, xin lỗi, tôi có thể giúp được gì cho quý khách ạ?

Khách hàng: Chào anh, tôi muốn mua một chiếc điện thoại thông minh. Gần đây, có mẫu điện thoại nào mới không?

Nhân viên cửa hàng: Có ạ, Đó là P20 Pro của hãng Huawei và iPhone X của hãng Apple.

Khách hàng: Thế 2 mẫu điện thoại này có gì khác nhau?

Nhân viên cửa hàng: iPhone X là một phiên bản đặc biệt, kỉ niệm 10 năm ra mắt của iPhone. Vì thế nên, iPhone X có thiết kế hiện đại hơn, viền màn hình mỏng hơn, không còn nút Home và cảm biến vân tay, thay vào đó là nhận dạng khuôn mặt, màn hình áp dụng công nghệ mới nhất OLED, máy ảnh được nâng cấp cho hình ảnh rõ nét. Ngoài ra, iPhone X có tốc độ xử lý nhanh, vượt trội so với các dòng điện thoại thông minh khác, thời lượng pin đủ dùng kèm khả năng sạc không dây. Rõ ràng, hiện tại đây là chiếc điện thoại xuất sắc và nổi bật nhất.

Khách hàng: Thế còn P20 Pro của Huawei có gì đặc biệt, dễ sử dụng không? Tôi nghe nói điện thoại của hãng Huawei cũng rất tốt và ổn định.

Nhân viên cửa hàng: Đúng thế. Khác với iPhone X sử dụng hệ điều hành iOS thì P20 Pro sử dụng hệ điều hành Android, đem lại thao tác sử dụng dễ dàng cho người dùng. P20 Pro có thiết kế độc đáo, sở hữu hệ thống cụm camera, màn hình hiển thị sắc nét, cấu hình cực khủng với RAM 6GB và bộ nhớ trong 128GB. Ngoài ra, P20 Pro còn có khả năng chống nước, hỗ trợ công nghệ sạc nhanh, dung lượng pin lớn cho thời gian sử dụng lâu.

Khách hàng: Thế hiện nay giá bán 2 mẫu điện thoại này như thế nào?

Nhân viên cửa hàng: iPhone X có 2 phiên bản 64GB và 128 GB với giá lần lượt là 30 triệu và 34 triệu. Còn P20 Pro bản 128GB có giá 20 triệu. Cả 2 đều thuộc dòng máy cao cấp nên giá không hề rẻ.

Khách hàng: Theo anh thì tôi nên chọn mẫu điện thoại nào?

Nhân viên cửa hàng: Nếu đam mê công nghệ thì chị nên chọn iPhone X, còn nếu nhu cầu của chị chỉ là chụp ảnh thì P20 Pro là sự lựa chọn hoàn hảo vì đây là chiếc điện thoại thông minh đầu tiên trên thế giới có tới 3 camera.

Khách hàng: Cảm ơn anh, tôi nghĩ là tôi sẽ mua P20 Pro của Huawei.

Hội thoại 3   Thanh toán qua điện thoại

Trúc: Hải ơi, em có biết ở Việt Nam có những hình thức thanh toán nào không?

Hải: Ở Việt Nam bây giờ có thể thanh toán bằng tiền mặt, bằng thẻ ngân hàng và qua điện thoại chị ạ.

Trúc: Thanh toán qua điện thoại là như thế nào hả em?

Hải: Hiểu đơn giản là chiếc điện thoại của chị sẽ như một chiếc ví điện tử. Mọi giao dịch thanh toán sẽ thông qua chiếc điện thoại, sẽ rất tiện lợi và an toàn vì chị không cần mang quá nhiều tiền mặt hay thẻ ngân hàng theo người.

Trúc: Hình thức thanh toán này ở Việt Nam đã phổ biến chưa em?

Hải: Hiện nay thì thanh toán qua điện thoại vẫn chưa phổ biến ở Việt Nam, chị ạ. Chỉ có khoảng 5 triệu người Việt Nam sử dụng hình thức thanh toán qua điện thoại. Nhưng em nghĩ trong tương lai, thanh toán qua điện thoại ở Việt Nam sẽ có tiềm năng phát triển lớn.

Trúc: Em có biết tại sao hình thức này lại không phổ biến ở Việt Nam không?

Hải: Theo em, thứ nhất là do thói quen sử dụng tiền mặt, người dùng không tin tưởng vào vấn đề bảo mật. Thứ hai là tại Việt Nam có quá nhiều ví điện tử, mà mỗi loại ví điện tử chỉ được chấp nhận thanh toán tại một số địa điểm mua sắm. Chính vì thế, nhiều người vẫn lựa chọn sử dụng hình thức thanh toán qua thẻ ngân hàng.

Trúc: Thế ở Việt Nam có sử dụng được ví điện tử Alipay và Wechat không em?

Hải: Hiện nay thì không, chị ạ. Chị có thể dùng ví điện tử MoMo, VTC Pay, Zalo Pay, v.v.

二、拓展词汇

| mã quốc gia | 国家代码 | mã vùng | 区号 |

điện thoại quốc tế		国际长途电话	
điện thoại đường dài liên tỉnh		国内长途电话	
điện thoại nội thành	市内电话	tổng đài	总机
máy phụ, máy nội bộ	分机	kết nối	接通
gác máy	挂断	bấm lại	重拨
danh bạ điện thoại	电话簿	bấm số	拨号
tổng đài tra cứu điện thoại		查号台	
ống nghe	话筒	thẻ điện thoại	电话卡
điện thoại công cộng	公共电话	gửi fax	发传真
nhận điện thoại, nghe điện thoại		接电话	
gọi điện	打电话		

三、练习

你的越南朋友黎碧女士是一位对手机一窍不通的人，由于工作需要，她准备购买一部手机，请你用越南语模拟一段对话，向黎女士推荐一款手机并介绍一些应用程序的功能。

四、参考译文

情景一：智能手机

阿南： 水阿姨，您用的是哪种手机呢？
水阿姨： 我用的是老款手机，你呢？
阿南： 我用的是智能手机，为什么您不用智能手机呢？
水阿姨： 我看到现在很多年轻人都用智能手机，智能手机和老款手机有啥区别呢？

阿南：   智能手机有很多功能。您可以使用 GPS 定位功能方便出行，还可以通过连接 WiFi 或者 4G、5G 移动网络，浏览网页看新闻、看电影、听音乐、玩儿游戏或者是通过手机支付结账。

水阿姨：   原来智能手机有这么多功能呀。

阿南：   智能手机还有很丰富的应用程序。您可以把自己的手机变成电视或空调的遥控器、随身携带的健康监测设备，同时用手机摄影、录像也会更加清晰，还可以上网聊天儿和视频通话。

水阿姨：   视频通话是什么功能呀？我的手机并没有这个功能。

阿南：   视频通话是电话直播，您可以直接看到跟您打电话的人呢。

水阿姨：   那就太方便啦，那智能手机贵吗？

阿南：   智能手机现在不贵，200 万到 300 万越南盾就可以买一部具有以上功能的智能手机了，此外，有一些设计精美、质量上乘、拥有最新技术的智能手机价格在 1,500 万到 2,000 万越南盾。

水阿姨：   那也不是很贵呢，我用这台老款手机也有三四年啦，它耐用、小巧、待机时间长，价格便宜，丢了或者坏了也不可惜。

阿南：   我想您可以试用一段时间智能手机，没准儿您会很喜欢呢。

水阿姨：   谢谢，我会试用的。

情景二：选购手机

店员：   顾客您好，请问我可以帮到您什么呢？

顾客：   你好，我想买一部智能手机，最近有哪几款新手机呢？

店员：   有啊，华为的 P20 Pro 和苹果的 iPhone X。

顾客：   这两款手机有啥区别呢？

店员：   iPhone X 是一款纪念 iPhone 面世十周年的特别版手机，因此，iPhone X 设计更现代，屏幕更薄，没有了返回键和指纹感应，只需要人脸识别，屏幕采用 OLED 最新技术，照相功能升级，影像更清晰。此外，iPhone

	X 处理速度快，比其他普通智能手机的功能更强大，电池耐用，还可以无线充电，这是目前最完美的手机。
顾 客：	那华为的 P20 Pro 有什么特别之处呢？我听说华为的手机也很好很稳定哦。
店 员：	是的，不同于采用 iOS 系统的 iPhone X，P20 Pro 采用安卓系统，容易操作使用。P20 Pro 设计独特，拥有高清的摄像头组和屏幕、顶级配置的运行内存 6GB 和机身存储 128GB。此外，P20 Pro 还能防水，支持快充技术，配备大容量电池，可以长时间使用。
顾 客：	那现在这两款手机售价是多少呢？
店 员：	iPhone X 有 64GB 和 128 GB 两个版，售价分别是 3,000 万越南盾和 3,400 万越南盾，P20 Pro 的 128GB 版售价是 2,000 万越南盾，这两款都属于高端版机型，因此售价都不会便宜。
顾 客：	那你建议我选哪款手机呢？
店 员：	如果你看重技术就选 iPhone X，如果你只是照相，那 P20 Pro 就是不借的选择，因为这是世界上第一款拥有三个摄像头的智能手机。
顾 客：	谢谢你，我想我会买华为的 P20 Pro。

情景三：手机支付

阿 竹：	阿海，你知道越南有哪些支付方式吗？
阿 海：	在越南现在可以用现金、银行卡和手机支付。
阿 竹：	如何用手机支付？
阿 海：	简单地说，你的手机像电子钱包一样，每一笔交易都可以手机支付，很便利安全，因为你不需要随身携带太多的现金和银行卡。
阿 竹：	在越南这种结算方式普及吗？
阿 海：	如今手机支付在越南还不是很普及，大约只有 500 万越南人使用手机支付，但是我想在将来，手机支付在越南有很大的发展潜力。

阿竹： 你知道为什么这种手机支付方式在越南还不是很普及吗？

阿海： 我认为，第一是习惯使用现金，用户还不相信手机支付能保密。第二在越南有很多种电子钱包，每种电子钱包都只能在部分购物中心使用，因此，很多消费者还是选择使用银行卡结账。

阿竹： 那在越南可以使用支付宝和微信支付吗？

阿海： 现在还不行，你可以用 MoMo、VTC Pay、Zalo Pay 等来支付。

扫码收看视频

Chủ đề 29   Mạng Internet
第二十九课   网络生活

一、会话

Hội thoại 1   Mua sắm trên mạng

Hải: Chị Ni ơi, ở Trung Quốc chị hay mua sắm ở trang web nào ạ?

Ni: Chị hay mua sắm trên Taobao, Tmall. Em cần mua đồ gì à?

Hải: Dạ vâng. Em muốn mua một cái nồi cơm điện, chị ạ. Trên Taobao có mua được không hả chị?

Ni: Mua được chứ em, trên Taobao hay Tmall đồ gì cũng có, từ đồ dùng hàng ngày cho tới đồ ăn, đồ điện tử đắt tiền, v.v. Em chỉ cần chọn hàng, cho vào giỏ rồi thanh toán, khoảng 3,4 ngày sau hàng đến thì ra kí nhận thôi. Tiện hơn nhiều so với đi ra ngoài chọn.

Hải: Thế nếu nhận hàng mà hàng lỗi hoặc hỏng thì làm như thế nào ạ?

Ni: Em chụp ảnh gửi cho người bán, nếu không phải do em làm hỏng thì hoàn toàn có thể trả lại được, hàng của em sẽ được thay mới hoặc hoàn lại tiền.

Hải: Thế hàng đến thì người bán làm thế nào thông báo cho em ạ?

Ni: Lúc em mua hàng sẽ phải đăng ký địa chỉ nhận hàng kèm theo số điện thoại, người vận chuyển sẽ gọi cho em khi hàng đến, em kí nhận là xong. Trong trường hợp em không kí nhận, sau vài ngày, hàng tự động được gửi trả lại cho người bán, phí vận chuyển do em chịu.

Hải: Thế cũng đơn giản nhỉ, tí nữa em đặt mua luôn.

Ni: Em nên đặt hàng trên Tmall vì chất lượng tốt, còn nếu muốn kiểu dáng mẫu mã đa dạng, phong phú thì chọn Taobao.

Hải: Dạ vâng ạ. Em cám ơn chị.

Ni: Không có gì đâu em.

Hội thoại 2   Học trực tuyến

Ni: Sao dạo này trông mày buồn thế Vũ, có chuyện gì à?

Vũ: Không, dạo này tao hơi bị áp lực quá. Năm sau tao muốn đi Mỹ du học mà tiếng Anh còn kém quá.

Ni: Tao thấy mấy đứa bạn tao học online tiếng Anh trên website: homeclass.vn cũng tốt lắm. Hay mày thử đăng kí học một khóa học online xem sao.

Vũ: Đăng ký có phức tạp lắm không?

Ni: Không, mày dùng email và số điện thoại đăng kí tài khoản, chọn chương trình học, giáo viên và thời gian học. Đóng học phí bằng cách chuyển khoản qua ngân hàng. Sau đấy, cứ đúng giờ bật máy tính lên online là học thôi.

Vũ: Tao thấy học online kiểu này hợp với tao. Tại tao cũng hay bận, ngoài học trên lớp còn phải phụ giúp bố mẹ nữa.

Chủ đề 29   Mạng Internet   第二十九课   网络生活   163

Ni: Thì tao đã bảo đây là hình thức học giúp tiết kiệm thời gian mà, giáo viên đa số là người nước ngoài. Mày học với người nước ngoài thì trình độ của mày sẽ tiến bộ nhanh lắm đấy.

Vũ: Ừ, thế bây giờ tao đăng ký ngay một khóa học tiếng Anh luyện thi vậy. Cám ơn mày nhé.

Ni: Không có gì.

Hội thoại 3   Trò chơi điện tử

Ni: Cậu đang làm gì thế Minh?

Minh: Tớ đang chơi điện tử. Cậu tìm tớ có việc gì thế?

Ni: Tớ định rủ cậu đi mua sách. Một ngày cậu chơi điện tử mấy tiếng?

Minh: Một ngày tớ chơi 5 tiếng. Cậu đợi tớ tí, 15 phút nữa hết ván rồi tớ với cậu cùng đi.

Ni: Bảo sao mà cậu lúc nào đi học cũng kêu mệt, chơi điện tử 5 tiếng 1 ngày là quá nhiều, tớ nghĩ cậu nên sắp xếp và phân bổ lại thời gian của bản thân.

Minh: Tớ thấy chơi điện tử cũng có ích đấy chứ. Ví dụ như tăng khả năng sáng tạo, sự quyết đoán, phát triển kĩ năng giao tiếp, kích thích não bộ hoạt động.

Ni: Sau một ngày học tập mệt mỏi hoặc một ngày làm việc vất vả, thư giãn bằng cách chơi điện tử 1-2 tiếng là chấp nhận được. Nhưng một ngày chơi 3-4 tiếng trở lên thì sẽ là lợi bất cập hại. Chơi quá nhiều ảnh hưởng đến mắt, xương, đau đầu, gây mệt mỏi, ảnh hưởng trực tiếp đến học tập và sinh hoạt hàng ngày. Ngoài ra, chơi điện tử nhiều còn gây béo phì.

Minh: Chơi điện tử đã trở thành thói quen của tớ rồi, làm sao để giảm bớt đây?

Ni: Thay vì việc ngồi chơi điện tử, cậu có thể tham gia các hoạt động thể dục thể thao, sắp xếp thời gian ăn, ngủ, nghỉ hợp lý, tự ý thức tác hại của việc chơi điện tử. Tớ nghĩ cậu sẽ làm được thôi.

Minh: Vậy bắt đầu từ chiều mai, tớ với cậu đi đánh cầu lông nhé. Tớ quyết tâm điều chỉnh giờ giấc của bản thân điều độ lại.

Ni: Không vấn đề, chiều mai 5 giờ nhé!

Minh: Được.

二、拓展词汇

tìm kiếm	搜索	máy chủ	主机
truy cập trang web	浏览网页	bấm	点击
bàn phím	键盘	màn hình	显示器
quét	扫描	máy in	打印机
in	打印	Webcam	摄像头
chuột máy tính	鼠标	tấm lót chuột	鼠标垫
USB	U 盘	đĩa CD, VCD	光盘
ổ cứng	硬盘	đĩa mềm	软盘
phần mềm	软件	loạn chữ	乱码
treo máy, chết máy	死机	khởi động lại	重启

三、练习

小兰和她的越南朋友小玲都是购物狂，喜欢在网上买东西。在"双十一"购物节到来前夕，两个人都打算下手平时不舍得买的一些东西。请用越南语模拟一段从领取优惠券、加入购物车到用支付宝结算全过程的对话。

四、参考译文

情景一：网上购物

阿海：阿妮，在中国你经常在哪个网站购物啊？

阿妮：我经常在淘宝、天猫上购物，你需要买什么呢？

阿海：我想买一个电饭锅，在淘宝上能买到吗？

阿妮：当然可以买到呀，在淘宝或者天猫上什么都有卖。从日常用品到吃的，再到昂贵的电子用品，你只需要选好放进购物车然后结算，大约3到4天货到确认收货，比去外面买方便多了。

阿海：那如果收到货的时候发现货有瑕疵或者是损坏了怎么办呢？

阿妮：你拍下来发给卖家，如果不是你弄坏的，可以退换，即更换新的或者退回钱给你。

阿海：那货到了卖家怎么通知我呢？

阿妮：你买的时候要填写收货地址和电话号码，快递员在货到的时候会电话通知你，你签收就可以了。你不签收的话，几天后货会自动退回给卖家，邮费由你承担。

阿海：也很简单呢，一会儿我去订购。

阿妮：你应该在天猫订购，因为那里的质量好些。如果希望款式丰富一些，就去淘宝选购。

阿海：好的，谢谢你！

阿妮：不客气！

情景二：网络学习

阿妮：阿武，为什么最近看你那么郁闷呀，有什么事吗？

阿武：没有啦，最近压力比较大，明年我想去美国留学，但是我英语太差了。

阿妮：我见几个朋友在 homeclass.vn 网站上在线学英语，还挺好的，要不你也试着去注册学一门在线课程？

阿武：注册很复杂吗？

阿妮：不复杂，你用电子邮箱和电话号码注册账号，选择课程、老师和学习时间，通过银行转账交学费，然后你准时打开电脑在线学习就好了。

阿武：我觉得这种在线学习很适合我，我比较忙，除了学校学习之外，还要帮父母干活。

阿妮：我都说了这是节省时间的学习方式嘛，大部分老师是外国人，你跟老外学，你的水平会进步很快呢。

阿武：那我马上注册在线学一期英语课吧，谢谢你啦。

阿妮：不客气。

情景三：电子游戏

阿妮：小明你在干嘛呢？

小明：我在玩儿电子游戏，你找我有啥事呢？

阿妮：我打算约你去买书。你一天玩儿几个小时的游戏啊？

小明：我一天玩儿5个小时游戏，你等我一会儿，15分钟这局结束后我和你一起去。

阿妮：难怪你每次去上学都说累，一天玩儿5个小时的游戏是太多啦，我想你应该重新安排自己的时间才行。

小明：我觉得玩儿游戏也有好处啊，比如可以增强创造能力，锻炼果断性格，培养交际能力，刺激脑部活动。

阿妮：经过一天疲劳的学习或者辛苦的工作，玩儿一两个小时的游戏是可以接受的，但是一天玩儿三四个小时就弊大于利了。玩儿太久游戏会损害眼睛、骨骼，使人头痛和疲惫，直接影响学习和日常生活。此外，过度玩儿游戏还会让人肥胖。

小明：玩儿游戏已经成为我的习惯啦，怎样才能少玩儿游戏呢？

阿妮：你可以通过参加体育运动来替代玩儿游戏呀，既然意识到了玩儿游戏的危害，就要合理安排好吃饭、睡觉和休息的时间，我想你是可以做到的。

小明：那从明天下午开始，我和你去打羽毛球吧。我决定要调整好我的作息时间。

阿妮：没问题，明天下午 5 点吧！

小明：好的。

扫码收看视频

Chủ đề 30 Ngân hàng
第三十课 银行

一、会话

Hội thoại 1 Tư vấn nghiệp vụ

Nhân viên ngân hàng: Chào anh. Tôi có thể giúp được gì cho anh?

Khách hàng: Tôi muốn mở một thẻ ngân hàng Trung Quốc loại thường thì cần làm những thủ tục gì?

Nhân viên ngân hàng: Mời anh đưa cho tôi xem hộ chiếu của anh.

Khách hàng: Hộ chiếu của tôi đây.

Nhân viên ngân hàng: Mời anh điền đầy đủ thông tin vào mẫu này và kí tên bên dưới.

Khách hàng: Tôi kí tên rồi.

Nhân viên ngân hàng: Mời anh nhập mật khẩu cho thẻ, mật khẩu bao gồm 6 chữ số.

Khách hàng: Tôi nhập xong rồi.

Nhân viên ngân hàng: Phí làm thẻ của anh hết 50 tệ.

Khách hàng: Tôi muốn nạp vào thẻ 300 tệ.

Nhân viên ngân hàng:	Được ạ, như thế thì hệ thống sẽ tự động trừ đi 50 tệ trong thẻ của anh. Hiện nay, anh đang có 250 tệ trong thẻ của mình.
Khách hàng:	Nếu tôi muốn rút tiền thì phải làm như thế nào?
Nhân viên ngân hàng:	Nếu số tiền rút ra trong ngày lớn hơn 2 vạn tệ, anh phải đến chi nhánh ngân hàng của chúng tôi để rút. Còn với số tiền rút ra trong ngày nhỏ hơn 2 vạn tệ, anh có thể rút ngay tại máy rút tiền tự động ATM của ngân hàng chúng tôi.
Khách hàng:	Cám ơn chị.
Nhân viên ngân hàng:	Không có gì. Gửi anh hộ chiếu và thẻ ngân hàng.

Hội thoại 2   Đổi tiền

Nhân viên ngân hàng:	Chào chị. Tôi có thể giúp được gì cho chị?
Khách hàng:	Tôi muốn đổi tiền.
Nhân viên ngân hàng:	Chị muốn đổi loại tiền gì ạ?
Khách hàng:	Tôi muốn đổi 500 tệ sang tiền Việt. Tỉ giá Nhân dân tệ đổi sang Việt Nam đồng hôm nay là bao nhiêu?
Nhân viên ngân hàng:	Tỉ giá hôm nay là 1 tệ đổi được 3500 đồng. Như vậy thì 500 tệ sẽ đổi được 1.750.000đ. Chị vui lòng điền tên và số tiền vào tờ mẫu này.
Khách hàng:	Anh xem tôi viết như vậy đúng chưa?
Nhân viên ngân hàng:	Vâng, đúng rồi. Tiền của chị đây, mời chị kiểm tra lại.

Khách hàng:	Vâng, đã đủ rồi. Cám ơn anh, chào anh.
Nhân viên ngân hàng:	Không có gì, chào chị.

Hội thoại 3 Rút tiền

Nhân viên ngân hàng:	Chào cô. Cháu có thể giúp được gì cho cô ạ?
Khách hàng:	Cô muốn rút tiền.
Nhân viên ngân hàng:	Cô cho cháu xem thẻ ngân hàng với chứng minh thư ạ.
Khách hàng:	Thẻ ngân hàng với chứng minh thư của cô đây.
Nhân viên ngân hàng:	Cô muốn rút bao nhiêu tiền ạ?
Khách hàng:	Cho cô rút 8 triệu tiền mặt.
Nhân viên ngân hàng:	Dạ cô điền vào mẫu này, kí bên dưới cho cháu. Sau đó nhập mật khẩu thẻ bao gồm 6 chữ số ạ.
Khách hàng:	Xong hết rồi cháu.
Nhân viên ngân hàng:	Thưa cô, trong thẻ của cô chỉ còn có 6 triệu đồng thôi ạ. Cô có rút không ạ?
Khách hàng:	Có, thế cháu cho cô rút 6 triệu vậy.
Nhân viên ngân hàng:	Tiền của cô đây ạ. Cô vui lòng kiểm tra lại giúp cháu xem đã đủ chưa ạ?
Khách hàng:	Đã đủ rồi cháu.
Nhân viên ngân hàng:	Thẻ ngân hàng với chứng minh thư của cô đây ạ.
Khách hàng:	Cám ơn cháu. Chào cháu.
Nhân viên ngân hàng:	Không có gì ạ. Cháu chào cô.

二、拓展词汇

đồng Euro	欧元	bảng Anh	英镑
yên Nhật	日元	đô la Hồng Kông	港币
đô la Mỹ	美元	xếp hàng chờ	排队等候
máy lấy số	取号机	ngày gửi tiết kiệm	存款日期
tiền gửi tiết kiệm có kỳ hạn		定期存款	
tiền gửi tiết kiệm không kỳ hạn		活期存款	
máy soi tiền giả	验钞机	máy đếm tiền	点钞机
tiền giả	假币	dịch vụ quản lý tài khoản	理财业务
dịch vụ ngoại tệ	外币业务	dịch vụ doanh nghiệp	企业业务
dịch vụ cá nhân	个人业务	két sắt	保险柜

三、练习

　　小明准备去越南旅游，打算把 3000 元人民币兑换成越南盾，请你用越南语模拟一段换钱过程的对话。

四、参考译文

情景一：业务咨询

银行工作人员：　您好，我可以帮到您什么呢？
银行客户：　我想办一张普通的中国银行卡，需要什么手续呢？
银行工作人员：　请您把护照给我看一下。
银行客户：　这是我的护照。
银行工作人员：　请您在这张单子上填好您的信息，在下面签字。

银行客户： 我签好字了。
银行工作人员： 请您输入密码，密码是 6 个数字。
银行客户： 我输好密码了。
银行工作人员： 办卡费是 50 元。
银行客户： 我想往卡里充 300 元。
银行工作人员： 可以，这样的话系统会自动扣除卡里的 50 元，现在，您卡里还有 250 元。
银行客户： 如果我想取钱怎么取呢？
银行工作人员： 如果一天取钱超过 2 万元，您要到我们支行支取；如果一天取钱少于 2 万元，您可以在我们的自动取款机支取。
银行客户： 谢谢你！
银行工作人员： 不客气，请收好您的护照和银行卡。

情景二：换钱

银行工作人员： 您好！我可以帮到您什么呢？
银行客户： 我想换钱。
银行工作人员： 您想换什么钱呢？
银行客户： 我想把 500 元换成越南盾，今天的人民币和越南盾汇率是多少呢？
银行工作人员： 今天的汇率是 1 元换 3500 越南盾，500 元可以换 175 万越南盾，请您在这张单子上填写您的名字和数额。
银行客户： 你看我这样写对吗？
银行工作人员： 对，这是您的钱，请您检查一下。
银行客户： 好的，谢谢你，再见！
银行工作人员： 不客气，再见！

情景三：取款

银行工作人员：	您好！我可以帮到您什么呢？
银行客户：	我想取钱。
银行工作人员：	请您把银行卡和身份证给我。
银行客户：	这是我的银行卡和身份证。
银行工作人员：	您想取多少钱呢？
银行客户：	我取800万越南盾现金。
银行工作人员：	请您填写好这张单子，在下面签字，然后输入6位数的密码。
银行客户：	都弄好了。
银行工作人员：	您的卡里还剩600万越南盾，您要取吗？
银行客户：	要的，那你就给我取600万越南盾吧。
银行工作人员：	这是您的钱，请您检查一下数额对吗？
银行客户：	对的。
银行工作人员：	这是您的银行卡和身份证。
银行客户：	谢谢你！再见！
银行工作人员：	不客气，再见！

Chủ đề 31 Hải quan
第三十一课 海关

一、会话

Hội thoại 1 Làm visa

Kim: Chị Trang ơi, em sắp sang Việt Nam du lịch, chị có biết thủ tục xin cấp visa Việt Nam như thế nào không ạ?

Trang: Đơn giản lắm, em chỉ cần có hộ chiếu còn hiệu lực, kèm theo hai ảnh màu 4*6 nền trắng, không đội mũ, chụp trong vòng 6 tháng gần đây, đến Lãnh sự quán Việt Nam tại Nam Ninh điền thông tin vào tờ khai xin cấp visa là được.

Kim: Thế bao lâu là được lấy và mất bao nhiêu tiền ạ?

Trang: Ba ngày là được lấy, còn lệ phí thì tùy theo thời gian tạm trú và số lần xuất cảnh. Thông thường visa du lịch là loại một tháng xuất cảnh một lần khoảng 250 tệ. Em cũng có thể làm visa thông qua công ty du lịch hoặc trung tâm dịch vụ visa.

Kim: Vâng, nếu muốn lấy nhanh thì có được không ạ?

Trang: Được, nhưng phải mất thêm tiền, nếu muốn hai ngày lấy thì phải thêm 100 tệ, muốn lấy ngay trong ngày thì thêm 200 tệ.

Kim: Vâng, em hiểu rồi ạ. Cám ơn chị nhé.

Trang: Không có gì. Chúc em có một chuyến đi vui vẻ nhé!

Hội thoại 2 Xuất nhập cảnh

Kim: Chị Trang ơi, em đã lấy được visa rồi, ngày mai em sang Việt Nam du lịch, chị có biết khi qua cửa khẩu thì làm thủ tục xuất nhập cảnh như nào không?

Trang: À, khi em qua đến cửa khẩu Hữu Nghị Quan thì phải xuống xe, em có

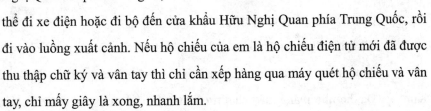

thể đi xe điện hoặc đi bộ đến cửa khẩu Hữu Nghị Quan phía Trung Quốc, rồi đi vào luồng xuất cảnh. Nếu hộ chiếu của em là hộ chiếu điện tử mới đã được thu thập chữ ký và vân tay thì chỉ cần xếp hàng qua máy quét hộ chiếu và vân tay, chỉ mấy giây là xong, nhanh lắm.

Kim: Nhưng hộ chiếu của em là hộ chiếu cũ thì sao ạ?

Trang: Hộ chiếu cũ thì phải xếp hàng qua nhân viên hải quan kiểm tra hộ chiếu cũng mất mấy phút. Sau đó đi xe điện hoặc đi bộ đến cửa khẩu Hữu Nghị phía Việt Nam làm thủ tục.

Kim: Thủ tục ở cửa khẩu phía Việt Nam như nào ạ?

Trang: Ở cửa khẩu phía Việt Nam thì em phải xuất trình hộ chiếu và visa nhập cảnh cho nhân viên hải quan kiểm tra, thường thì lâu hơn phía Trung Quốc. Gặp phải cuối tuần hay ngày lễ tết thì xếp hàng chờ có khi nửa tiếng đồng hồ.

Kim: Dạ, thế sau khi qua cửa khẩu phía Việt Nam rồi thì sao ạ?

Trang: Rồi thì em đi xe điện đến bến xe Xuân Cương lên xe đến Hà Nội. Nếu em đi xe thương gia sang trọng 9 chỗ ngồi thì không cần đến bến xe mà chỉ cần ở cửa ra luồng nhập cảnh vào Việt Nam là xe sẽ đến đón.

Kim: Vâng, em cảm ơn chị ạ.

Trang: Không có gì đâu em. Chúc em có một chuyến đi vui vẻ!

Hội thoại 3   Qua kiểm tra an ninh

Kim: Chị Trang ơi, lần này em sang Việt Nam du lịch, mấy người bạn Việt Nam trước du học ở trường chúng ta nhờ mua ít đồ, không biết có được mang qua cửa khẩu không nhỉ?

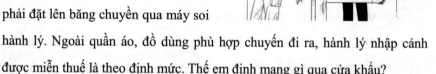

Trang: Khi qua kiểm tra an ninh, hành lý phải đặt lên băng chuyền qua máy soi hành lý. Ngoài quần áo, đồ dùng phù hợp chuyến đi ra, hành lý nhập cảnh được miễn thuế là theo định mức. Thế em định mang gì qua cửa khẩu?

Kim: Dạ, họ nhờ mang mấy chai rượu Mao Đài và mấy cây thuốc lá Hồng Hà mà em chưa dám nhận lời, sợ không được mang.

Trang: Rượu, đồ uống có cồn thì 1,5 lít rượu từ 22 độ trở lên, 2 lít rượu dưới 22 độ, 3 lít bia; 200 điếu thuốc lá, 100 điếu xì gà, 500g thuốc lá sợi (các định mức này không áp dụng cho người dưới 18 tuổi) và các mặt hàng khác (không thuộc danh mục hàng cấm nhập hoặc nhập khẩu có điều kiện) tổng trị giá không quá 10 triệu đồng.

Kim: Thế thì em chỉ được mang ba chai rượu Mao Đài và hai cây thuốc lá Hồng Hà thôi nhỉ? Hải quan có cấm mang gì không chị?

Trang: Cấm mang vũ khí, đạn dược, vật liệu nổ, ma tuý, hàng tiêu dùng, vật tư, phương tiện đã qua sử dụng…

Kim: Thế có hạn chế số tiền mặt mang theo không ạ?

Trang: Khi xuất cảnh, nhập cảnh qua các cửa khẩu quốc tế của Việt Nam bằng hộ chiếu mang theo ngoại tệ tiền mặt, đồng Việt Nam tiền mặt trên mức quy định (<5.000 USD hoặc các ngoại tệ khác có giá trị tương đương; <15 triệu đồng Việt Nam) phải khai báo Hải quan cửa khẩu.

Kim: Dạ vâng, em cũng không có nhiều tiền thế đâu mà mang, nhưng lần đầu ra nước ngoài cũng nên tìm hiểu các quy định liên quan cho biết.

Trang: Ừ, chúc em ngày mai lên đường bình an nhé.

Kim: Em cảm ơn chị.

二、拓展词汇

Tổng cục Hải quan	海关总署	hóa đơn	发票
giấy tiêm chủng	预防接种证	thời hạn kiểm dịch	检疫期限
thông lệ	惯例	công tác công vụ	因公出差
chất dễ nổ	易爆物	chất dễ cháy	易燃物
hê-rô-in	海洛因	tiêu bản thực vật	植物标本
tiêu bản động vật	动物标本	đồ cổ	古董
miễn thuế	免税	giấy miễn khám	免检证
tiêm chủng	打预防针	giấy chứng nhận sức khỏe	健康证

三、练习

请根据以下的情景，用越南语进行对话：

你作为一名刚落地河内内排机场的中国游客，到达入境大厅后，在工作人员的指导下填写报关单。提取完行李后走海关的绿色通道，被海关工作人员抽检行李，确认无须申报物品后顺利出关。

四、参考译文

情景一：办理签证

阿金：阿庄，我准备到越南旅游，你知道越南签证怎么办理吗？

阿庄：很简单，你只需要带上有效期限的护照，半年内的两张 4*6 白底免冠彩照，到越南驻南宁领事馆填写好签证申请表就好了。

阿金：那多久可以取？需要多少钱呢？

阿庄：三天就可以取了，签证费要根据停留的时间和出境次数收取。一般旅游签证是一个月一次出境，大约 250 元，你也可以通过旅游公司或者签证服务机构办理。

阿金：好的，如果想加急可以吗？

阿庄：可以，但是需要多花点儿钱，如果两天取就要多花 100 元，如果一天取就要加 200 元。

阿金：好的，我明白了。谢谢你！

阿庄：不客气，祝你旅途愉快！

情景二：出入境

阿金：阿庄，我已经办好签证了，明天我去越南旅游，你知道过口岸的时候怎么办理出入境手续吗？

阿庄：你到友谊关的时候要下车，你可以坐电瓶车或者走路到中方友谊关关口，然后走出境道，如果你拿的是有你签字和指纹的新版电子护照，只需要排队刷护照和指纹就可以了，几秒钟就过去了，很快的。

阿金：但我的护照是旧版护照咋办？

阿庄：旧版护照就要排队让海关人员检查护照，也只需要几分钟而已，然后坐电瓶车或者走路到越方的关口办理手续。

阿金：在越方关口时怎么办理手续？

阿庄：在越方关口你要出示护照和入境的签证给海关人员检查，比在中方花的时间要久一些，如果是周末或者节日，有时候需要排半个小时队。

阿金：那过了越方关口呢？

阿庄：你可以坐电瓶车到春岗车站乘车到河内，如果你坐的是9座豪华商务车就不用到车站，只需要在越方的入境道等车来接就可以了。

阿金：好的，谢谢你！

阿庄：不客气，祝你旅程愉快！

情景三：过安检

阿金：阿庄，这次我到越南旅游，几个以前在我们学校留学的越南朋友让买一些礼物，不知道能不能带过口岸呢？

阿庄：过安检的时候，行李要上传送带过安检机，除了衣服和适合这次出去的用品外，入境的行李按规定可以免税，你打算带什么过口岸呢？

阿金：他们托我带几瓶茅台酒和几条红河香烟，但我不敢答应他们，怕不让带。

阿庄：若是酒和含酒精的饮料，可携带 22 度以上的 1.5 升，22 度以下的 2 升，啤酒 3 升；可携带香烟 200 支，雪茄 100 支，烟草 500 克（上述规定不适用于 18 岁以下人员），以及不在禁止进口或配额进口商品目录中的物品。总价值不能超过 1000 万越南盾。

阿金：那我只能携带 3 瓶茅台酒和 2 条红河香烟了？海关还禁止携带什么吗？

阿庄：禁止携带武器弹药、易爆品、毒品和已使用过的消费品、物资、交通工具等。

阿金：那能携带的现金额度是多少呢？

阿庄：用护照在越南的国际口岸出入境，按规定，携带的现金外币须少于 5000 美金或者等值的其他外币，越南盾须少于 1500 万，超出规定的要上报口岸海关。

阿金：我没有那么多钱需要携带，但是第一次出国也要了解相关的规定。

阿庄：祝你明天一路平安！

阿金：谢谢你！

扫码收看视频

Chủ đề 32   Xin việc
第三十二课   求职

一、会话

Hội thoại 1   Tìm kiếm thông tin

Thanh: Tháng 6 năm nay tốt nghiệp rồi, em có dự định gì chưa Thắng?

Thắng: Chưa chị ạ, em vẫn đang tìm việc, nhưng mà khó quá. Chị có biết tìm kiếm thông tin việc làm ở đâu không ạ?

Thanh: Có nhiều cách để em có thể tìm kiếm thông tin việc làm như thông qua mạng Internet, trung tâm giới thiệu việc làm, báo chí, hội chợ việc làm, bạn bè người thân hoặc em có thể tiếp cận trực tiếp doanh nghiệp, công ty.

Thắng: Em thấy tìm kiếm việc làm qua mạng internet là phổ biến nhất, các hình thức khác em cũng chưa thử.

Thanh: Để tìm được một công việc phù hợp thì em cần tìm hiểu xem có cơ hội việc làm nào trong khu vực em đang sống không, trình độ kĩ năng chuyên môn của em có đáp ứng được nhu cầu của công việc không, có các công ty, doanh nghiệp nào đang tuyển dụng, chủ động tìm kiếm các yêu cầu của công ty và tạo cơ hội việc làm cho bản thân.

Thắng: Thế sau khi tìm được một công việc phù hợp thì phải làm những gì hả chị?

Thanh: Em cần phải chuẩn bị hồ sơ xin việc, sơ yếu lý lịch, sau đấy liên hệ với nhà tuyển dụng nộp đơn xin việc. Nếu nhận được phản hồi từ họ thì em tiếp tục chuẩn bị và tập trả lời phỏng vấn xin việc. Nộp đơn mới chỉ là bước đầu em tiếp cận với nhà tuyển dụng, còn có được nhận hay không thì quyết định là ở buổi phỏng vấn.

Thắng: Thế em phải làm gì để có một buổi phỏng vấn thành công ạ?

Thanh: Em phải tìm hiểu, nghiên cứu kỹ về công ty tuyển dụng, suy nghĩ về những câu hỏi mà nhà tuyển dụng hỏi em và cách em trả lời lại những câu hỏi đó. Em có thể tập với bạn bè, người thân.

Thắng: Nếu đi phỏng vấn thì phải chú ý gì hả chị?

Thanh: Hôm đi phỏng vấn em chú ý đi sớm, ăn mặc gọn gàng, quần áo phù hợp với công việc. Quan trọng nhất là em phải biết tại sao em lại muốn có công việc này.

Thắng: Em cám ơn chị rất nhiều ạ.

Thanh: Không có gì. Chúc em tìm được một công việc phù hợp với bản thân.

Hội thoại 2   Chuẩn bị sơ yếu lý lịch

Thanh: Anh Quốc ơi, anh có biết viết sơ yếu lý lịch như nào không ạ?

Quốc: Sơ yếu lý lịch bao gồm thông tin cá nhân, mục tiêu cá nhân, trình độ học vấn, kinh nghiệm làm việc, các công việc có thể đảm nhiệm, kỹ năng và sở thích của em.

Thanh: Anh có thể nói rõ hơn cho em biết về phần thông tin cá nhân thì cần viết những gì ạ?

Quốc: Về phần thông tin cá nhân, em cần viết đầy đủ họ tên, ngày sinh, số chứng minh thư, địa chỉ liên lạc, số điện thoại, email và tôn giáo nếu có.

Thanh: Thế còn phần các công việc có thể đảm nhiệm ạ?

Quốc: Ở phần này, em sẽ ghi công việc mà em đang hướng đến, dựa trên kỹ năng và sở thích, cũng như kinh nghiệm trong công việc đó. Nhà tuyển dụng sẽ dựa vào đấy để suy nghĩ về những gì mà em có thể làm.

Thanh: Nếu như trước đây, em đã có kinh nghiệm làm việc ở một số lĩnh vực trong thời gian ngắn hạn thì có điền vào không hả anh?

Quốc: Có, em điền đầy đủ thông tin về chức vụ, địa điểm và thời gian đảm nhiệm công việc. Bên dưới viết thêm mục Người xác nhận để nhà tuyển dụng có thể liên hệ xác minh.

Thanh: Em cám ơn anh rất nhiều ạ.

Quốc: Không có gì, chúc em sớm tìm được một công việc vừa ý.

Hội thoại 3   Phỏng vấn

Lan: Chào buổi sáng, anh Khải. Tôi tên là Lan.

Khải: Chào buổi sáng, chị Lan.

Lan: Anh khỏe chứ?

Khải: Tôi khỏe, cảm ơn chị.

Lan: Hôm nay giao thông như thế nào?

Khải: Thật may là không bị tắc đường.

Lan: Thế thì tốt quá, chúng ta bắt đầu phỏng vấn nhé, anh sẵn sàng chưa?

Khải: Vâng, tôi đã sẵn sàng.

Lan: Đầu tiên, tôi muốn giới thiệu về bản thân mình một chút. Tôi là giám đốc phòng tài chính. Như anh đã biết, phòng tôi vẫn còn một vị trí trống và tôi muốn tìm người càng sớm càng tốt.

Khải: Chị có thể giới thiệu một chút về công việc được không ạ?

Lan: Đây là vị trí trợ lý kế toán, nhân viên mới sẽ phải làm việc với ngân hàng hằng ngày.

Khải: Công ty chị yêu cầu bằng cấp gì ạ?

Lan: Tôi yêu cầu bằng Đại học 4 năm về chuyên ngành tài chính ngân hàng. Nếu có kinh nghiệm làm việc thì càng tốt.

Khải: Chị cần kinh nghiệm làm việc như thế nào?

Lan: Kinh nghiệm làm việc văn phòng. Tuy nhiên đối với nhân viên mới, tôi không yêu cầu quá cao về vấn đề này, chúng tôi sẵn sàng đào tạo người mới.

Khải: Vậy thì tốt quá.

Lan: Anh hãy giới thiệu một chút về bản thân anh đi.

Khải: Tôi là sinh viên trường Đại học Dân tộc Quảng Tây và tôi mới tốt nghiệp cử nhân ngành tài chính. Tôi đã làm nhân viên tiếp thị bán thời gian trong khoảng 2 năm.

Lan: Anh nghĩ sao về công việc trợ lý kế toán?

Khải: Công việc này sẽ giúp tôi hiểu rõ hơn về tài chính. Tôi đã học rất nhiều lý thuyết về tài chính ở trường đại học và bây giờ là thời gian để tôi đưa chúng vào thực tế.

Lan: Còn gì nữa không?

Khải: Tôi cũng rất mong muốn được phát triển trong lĩnh vực này.

Lan: Thế mạnh của anh là gì? Tại sao chúng tôi nên chọn anh?

Khải: Tôi là một người chăm chỉ và tiếp thu nhanh, tôi cũng rất hòa đồng với mọi người và có thể làm việc nhóm hiệu quả.

Lan: Anh có thể làm việc trong thời gian dài được không?

Khải: Được, tôi có thể.

Lan: Cám ơn anh. Anh còn có câu hỏi gì không?

Khải: Không, tôi nghĩ là tôi hiểu khá rõ về công việc này. Tôi tin tôi có thể làm tốt công việc trợ lý kế toán và tôi mong có cơ hội làm việc với chị.

Lan: Rất vui được gặp anh, cảm ơn vì hôm nay anh đã đến.

Khải: Tôi cũng rất vui được gặp chị. Cảm ơn chị vì đã dành thời gian cho tôi.

二、拓展词汇

dự hội chợ việc làm	参加招聘会	xin vào vị trí	申请职位
thi viết	笔试	nói về kinh nghiệm làm việc	谈工作经验
thông báo kết quả	答复	ký hợp đồng	签合同
thời gian thử việc	试用期	kiểm tra sức khỏe	体检
lương tháng	月薪	lương theo năm	年薪
tiền thưởng	奖金	phúc lợi	福利
nghỉ có lương	带薪假期	bảo hiểm y tế	医疗保险
bảo hiểm xã hội	社会保险	thăng chức	升职
khai trừ, đuổi việc	开除	chuyển công tác	跳槽

三、练习

请根据以下的情景，用越南语进行对话：

求职面试。在面试过程中，面试官与求职者围绕以下问题进行问答：

1. 请简要介绍一下自己。

2. 为什么决定到我们公司应聘此岗位工作？

3. 你打算如何把自己以前的学习、工作经验应用到目前这份工作中？

4. 你对在本岗位工作的未来发展有什么样的规划？

四、参考译文

情景一：寻找招聘信息

阿青：阿胜，你今年6月就要毕业了，有什么打算吗？

阿胜：还没呢，我还在找工作，但是很难。你知道在哪里可以找到招聘信息吗？

阿青：有很多办法能找到招聘信息呀，比如网络、就业中心、报纸杂志、招聘会、亲朋好友，你也可以直接联系企业、公司。

阿胜：我觉得通过网络寻找招聘信息是最常见的，其他形式我还没有试过。

阿青：要找到一份合适的工作，你需要了解在你生活的区域有些什么就业的机会，你的专业能力是否能满足这份工作的需要，有哪些企业、公司正在招聘，主动出击，看看公司有哪些要求，为自己创造工作机会。

阿胜：有合适的工作意向之后还要做些什么呢？

阿青：你要准备求职资料、个人简历，然后向用人单位投求职意向书，如果收到回复，你还要继续准备面试，投简历只是跟用人单位联系的第一步，是否被录用还要看面试环节。

阿胜：我要怎样准备才有可能面试成功呢？

阿青：你要仔细研究，多了解用人单位，考虑用人单位有可能问你的问题，你该怎么回答，你可以跟亲朋好友练习一下面试。

阿胜：如果进入面试要注意些什么呢？

阿青：去面试那天你要注意早点儿出发，衣着要整洁、得体。重要的是你要清楚你为什么要这份工作。

阿胜：非常感谢你！

阿青：不客气，祝你找到一份适合自己的工作。

情景二：准备简历

阿青：国哥，你知道怎么写简历吗？

阿国：个人简历包括个人信息、个人意愿、文化程度、工作经验、能够胜任的工作，还有你的能力和爱好。

阿青：你可以详细告诉我个人信息需要写些什么吗？

阿国：关于个人信息，你需要写清楚姓名、出生年月、身份证号码、联系地址、电话号码、电子邮箱和宗教信仰（如有）。

阿青：那能够胜任的工作这部分呢？

阿国：关于这部分，你要写清楚跟你的能力和爱好相关的你感兴趣的工作以及拥有的经验，用人单位会根据这个来考虑你适合做什么工作。

阿青：如果以前我曾经在一些领域有过短期工作经验可以写进去吗？

阿国：可以呀，你要写清楚职务、地点和任职时间，下面写上证明人，以便用人单位联系核实。

阿青：非常感谢你！

阿国：不客气，祝你早日找到一份称心如意的工作。

情景三：面试

兰女士：阿凯，早上好，我是兰女士。

阿凯：　兰女士，早上好。

兰女士：你挺好的吧？

阿凯：　谢谢您，我挺好的。

兰女士：今天交通怎么样？

阿凯：　很幸运没有堵车。

兰女士：那太好了，我们开始面试吧，你准备好了吗？

阿凯：好的，我准备好了。
兰女士：首先，我先做个自我介绍。我是财务处经理，正如你知道的，我办公室还缺一个人，我想尽快找到合适的人。
阿凯：您可以介绍一下这份工作吗？
兰女士：这是一份会计助理工作，新入职员工要天天跟银行打交道。
阿凯：你们公司要求什么学历呢？
兰女士：我们要求四年制的金融专业本科，如果有工作经验就更好了。
阿凯：您需要什么样的工作经验呢？
兰女士：办公室工作经验，不过对于新员工，我对这个没有太高要求，我们会培训新人。
阿凯：那就太好了。
兰女士：请你做一下自我介绍。
阿凯：我是刚刚从广西民族大学金融专业毕业的本科生，我有2年的兼职销售经验。
兰女士：你对会计助理这份工作有什么想法呢？
阿凯：这份工作有助于我更加了解金融行业，我在学校里学了很多有关金融的理论知识，现在是学以致用的时候了。
兰女士：还有什么需要了解的吗？
阿凯：我也很希望在这个领域有所发展。
兰女士：你的优势是什么？你觉得为什么我们应该选择你呢？
阿凯：我是一个做事认真、接受新生事物很快的人，能和大家打成一片，可以很好地融入团队。
兰女士：你可以长期工作吗？
阿凯：可以。
兰女士：谢谢你，你还有什么想问的吗？

阿凯： 没有了，我想我对这份工作已经了解得比较清楚了。我相信我可以做好这份会计助理工作，希望有机会和您共事。

兰女士：很高兴见到你，谢谢你今天前来应聘。

阿凯： 我也很高兴见到您，谢谢您给我这个机会。

扫码收看视频

Chủ đề 33   Ngày lễ tết
第三十三课   节日

一、会话

Hội thoại 1   Ngày lễ tết Trung Quốc

Long: Hoa ơi, mình sắp sang Trung Quốc du học, muốn biết Trung Quốc có những ngày lễ tết truyền thống nào, bạn giới thiệu cho mình biết được không?

Hoa: Được chứ, Trung Quốc có nhiều ngày lễ tết truyền thống như tết Âm lịch, tết Nguyên tiêu, tết Thanh minh, tết Đoan ngọ, tết Trung nguyên, tết Trung thu, v.v.

Long: Những ngày lễ tết đó là những ngày nào trong năm?

Hoa: Tết Âm lịch là ngày mùng 1 tháng Giêng, tết Nguyên tiêu là ngày 15 tháng Giêng, tết Thanh minh là ngày mùng 5 tháng 4 dương lịch, tết Đoan ngọ là ngày mùng 5 tháng 5 âm lịch, tết Trung nguyên là ngày 15 tháng 7 âm lịch, tết Trung thu là ngày 15 tháng 8 âm lịch.

Long: Thế vào những ngày lễ tết truyền thống, người Trung Quốc có những phong tục gì?

Hoa: Mỗi ngày lễ tết lại có phong tục khác nhau, ví dụ như vào dịp tết Âm lịch người Trung Quốc dán câu đối, đốt pháo, gói bánh chưng, đi chúc Tết, phát lì xì; tết Nguyên tiêu thì người ta ăn bánh trôi ngụ ý là đoàn tụ, tết Thanh minh thì người ta đi tảo mộ, tết Đoan ngọ thì ăn bánh chưng, đua thuyền rồng, v.v.

Long: Ôi có nhiều phong tục thế cơ à! Thế vào những ngày đó có được nghỉ không?

Hoa: Có chứ, tết Âm lịch được nghỉ 1 tuần, tết Nguyên tiêu và tết Trung nguyên thì không được nghỉ, tết Thanh minh, tết Đoan ngọ và tết Trung thu được nghỉ 3 ngày.

Long: Khi mình du học ở Trung Quốc, mình chắc chắn sẽ đi trải nghiệm các phong tục vào các ngày lễ tết của Trung Quốc.

Hoa: Ừ, bạn cứ đi trải nghiệm đi rồi sẽ thấy phong tục của Trung Quốc rất hay và có ý nghĩa.

Hội thoại 2 Ngày lễ tết Việt Nam

Hoa: Nam ơi, ở Việt Nam có những ngày lễ tết truyền thống nào?

Nam: Ở Việt Nam có tết Nguyên đán, tết Nguyên tiêu, tết Thanh minh, tết Đoan ngọ, tết Trung nguyên, tết Trung thu, v.v.

Hoa: Ôi, thế thì cũng giống như ở Trung Quốc à?

Nam: Không hoàn toàn giống như ở Trung Quốc, các ngày lễ tết ở Việt Nam có ngày khác về thời gian và phong tục.

Hoa: Khác như thế nào?

Nam: Ví dụ như Tết Nguyên đán hay còn gọi là tết Âm lịch cũng là ngày mùng 1 tháng Giêng như ở Trung Quốc nhưng phong tục thì có khác, vào dịp tết Nguyên đán người Việt Nam mua hoa để trang trí nhà cửa, gói bánh chưng, xông đất xông nhà, cũng đi chúc Tết và mừng tuổi (phát lì xì) nhưng không đốt pháo mà đi xem pháo hoa do Chính phủ tổ chức bắn, v.v.

Hoa: Xông đất xông nhà là như thế nào, mình không hiểu.

Nam: Người Việt Nam từ xưa rất coi trọng tục xông nhà đầu năm, họ cho rằng người khách đến thăm nhà đầu tiên sau thời điểm giao thừa lúc 12 giờ đêm sẽ mang lại sự tốt lành cho một năm mới. Vì thế họ sẽ chọn và nhờ một người hợp tuổi xông đất xông nhà với mong muốn cả năm sẽ gặp may mắn, suôn sẻ.

Hoa: Thật là thú vị đấy! Thế vào dịp tết Nguyên đán người Việt Nam được nghỉ mấy ngày?

Nam: Vào dịp tết Nguyên đán công chức Việt Nam được nghỉ 7 ngày, còn giáo viên và học sinh được nghỉ dài hơn, hai tuần.

Hoa: Thế các ngày lễ tết truyền thống khác thì sao?

Nam: Các ngày lễ tết khác thì không được nghỉ, chỉ có ngày Giỗ Tổ Hùng Vương được nghỉ 1 ngày.

Hoa: Thế thì đến năm thứ ba mình sang Việt Nam du học mình nhất định sẽ đi trải nghiệm các phong tục vào ngày lễ tết của Việt Nam.

Nam: Khi bạn sang Việt Nam du học thì mình cũng tốt nghiệp về nước rồi. Khi ấy mình sẽ đưa bạn đi trải nghiệm nhé.

Hoa: Nhất trí!

Hội thoại 3   Ăn Tết ở Việt Nam

Hoa: Nam ơi, không khí Tết ở Việt Nam náo nhiệt quá nhỉ! Tối nay giao thừa mà có rất nhiều người tập trung ở quanh hồ Hoàn Kiếm để xem pháo hoa.

Nam: Ừ, đúng thế. Trước đây, mỗi gia đình người Việt cũng đốt pháo để đón năm mới, nhưng từ năm 1995 Chính phủ Việt Nam đã ra lệnh cấm sản xuất, buôn bán và đốt pháo vì có nhiều tai nạn xảy ra do đốt pháo. Thay vào đó, Chính phủ cho phép các thành phố trực thuộc Trung ương và các tỉnh tổ chức bắn pháo hoa vào một số ngày lễ tết truyền thống và trường hợp đặc biệt. Vì thế người dân tập trung ở các điểm bắn pháo hoa để cảm nhận không khí Tết thay vì đốt pháo ở sân nhà.

Hoa: Thế vào dịp tết Nguyên đán, người Việt có phong tục gì?

Nam: Tết Nguyên đán là ngày hội lớn nhất và có ý nghĩa nhất đối với người Việt Nam mà. Họ làm việc chăm chỉ bận rộn quanh năm, chỉ có đến Tết họ mới có dịp trang trí nhà cửa để đón Tết và chế biến các món ăn truyền thống để đãi khách đến nhà chúc Tết.

Hoa: Tớ thấy trên đường phố có nhiều điểm bán hoa và chậu cảnh, có phải người Việt Nam rất thích mua hoa để trang trí nhà cửa?

Nam: Đúng rồi, trước Tết một tháng thì có nhiều chợ hoa Tết được mở ra, bán rất nhiều loại hoa, người Việt thường mua chậu quất cảnh, hoa đào hoặc hoa mai trang trí phòng khách, nhà nào giàu có thì mỗi phòng còn bày một lọ hoa tươi.

Hoa: Thế trong ngày Tết người Việt thường chế biến những món gì?

Nam: Trước Tết mấy ngày họ gói bánh chưng, tối giao thừa và ba ngày Tết họ chế biến những món ăn truyền thống như nem rán, canh măng sườn, giò, chả, xôi gấc, gà luộc, món xào thập cẩm, v.v. Sáng mai mùng 1 Tết cậu đến nhà tớ xông nhà rồi ở lại ăn bữa cơm ngày Tết với gia đình tớ thì cậu sẽ biết ngay.

Hoa: Ôi, thế thì còn gì bằng! Sáng mai tớ sẽ dậy sớm để là người khách đầu tiên đến thăm nhà cậu. Tuổi của tớ hợp với tuổi bố cậu chắc chắn sẽ mang lại sự may mắn, tốt lành cho gia đình cậu trong suốt năm mới.

Nam: Tớ cũng mong đợi thế. Pháo hoa bắn hết rồi kìa, chúng ta về đi ngủ thôi.

Hoa: Ừ, sáng mai gặp nhé.

Nam: OK.

二、拓展词汇

ngày của mẹ	母亲节	ngày lễ Tạ ơn	感恩节
ngày lễ Valentin	情人节	lễ Giáng sinh, tết Nô-en	圣诞节
ngày Quốc tế Lao động	国际劳动节	tết Thất tịch	七夕节
ngày Nhà giáo	教师节	ngày Quốc tế Thiếu nhi	国际儿童节
tết Táo quân	灶王节	ngày Quốc tế Phụ nữ	国际妇女节
đi trẩy hội	逛庙会	đua thuyền rồng	赛龙舟
bánh Trung thu	月饼	hoa cẩm chướng	康乃馨
hoa hồng	玫瑰	hoa lay-ơn	剑兰花
sô-cô-la	巧克力	chợ Tết	年货市场
ông già Nô-en	圣诞老人	lễ duyệt binh	阅兵式

三、练习

请你用越南语模拟一段对话，说说中国春节和越南春节有哪些异同点。

四、参考译文

情景一：中国的节日

阿龙：阿华，我快要去中国留学了，想知道中国有哪些传统节日呢，你可以给我介绍一下吗？

阿华：可以啊，中国有很多传统节日，比如春节、元宵节、清明节、端午节、中元节和中秋节等。

阿龙：这些节日在什么时间呢？

阿华：春节是农历正月初一，元宵节是农历正月十五，清明节是四月五日前后，端午节是农历五月初五，中元节是农历七月十五日，中秋节是农历八月十五。

阿龙：到了传统节日，中国人有哪些风俗呢？

阿华：每个节日都有不同的风俗，比如春节中国人贴对联、放鞭炮、包粽子、去拜年、发压岁钱；元宵节吃汤圆，寓意着团圆；清明节去扫墓；端午节吃粽子、赛龙舟等。

阿龙：哦，有挺多风俗的嘛，这些节日可以放假吗？

阿华：可以呀，加上临近的周末，春节可以放假1个星期，元宵节和中元节不放假，清明节、端午节和中秋节可以放3天假。

阿龙：我到中国留学的时候，一定要去体验一下中国的传统节日风俗。

阿华：好呀，你体验之后会觉得中国的风俗很有意思，也很有意义。

情景二：越南的节日

阿华：阿南，越南有哪些传统节日呢？

阿南：越南有春节、元宵节、清明节、端午节、中元节、中秋节等。

阿华：哦，跟中国的很像呀？

阿南：跟中国不完全一样，越南节日的时间和风俗有些不一样。

阿华：怎么不一样呢？

阿南：比如：春节和中国一样是在农历正月初一，但风俗不一样，到了春节，越南人会买花回来装饰家里，包粽子，冲年喜，也去拜年和发压岁钱，但是不放鞭炮，而是去看政府组织放的烟花。

阿华：冲年喜是怎么样的呢？我不了解哦。

阿南：越南人自古以来很重视开年的冲年喜，他们认为除夕夜12点之后第一个来家里做客的人会给家人带来一年的好运，因此他们会选择一个生肖相合的人来冲年喜，以盼望来年走好运，一切顺利。

阿华：真有意思！到了春节越南人可以放几天假呢？

阿南：春节越南公职人员可以放7天假，老师和学生放假时间更长，两个星期呢。

阿华：其他传统节日怎么样呢？

阿南：其他节日不放假，只有雄王祭祖日可以放1天假。

阿华：到了大三去越南留学的时候，我一定要去体验一下越南的传统节日风俗。

阿南：你到越南留学的时候我已经毕业回国啦，到时候我带你去体验吧。

阿华：好的！

情景三：在越南过春节

阿华：阿南，在越南过春节好热闹啊，今晚是除夕，很多人聚集在还剑湖附近看烟花。

阿南：对呀，以前，越南每个家庭也放鞭炮迎新年，但是从1995年起，越南政府就下令禁止生产、销售和燃放鞭炮，因为发生了很多因放鞭炮而造成的事故。取而代之的是政府允许各中央直辖市和各省在一些传统节日和特别的场合组织燃放烟花，因此人们聚集在各燃放烟花点来感受节日的气氛，不再在院子燃放鞭炮。

阿华：到了春节，越南人有什么风俗呢？

阿南：春节对于越南人来说是最重大、最有意义的节日，他们辛勤忙碌了一年，只有到了春节才有机会装饰家里迎接新年，并且会做很多传统美食来招待来家里拜年的客人。

阿华：我看到街上有很多卖花和盆景的地方，是不是越南人很喜欢买花来装饰家里呢？

阿南：对呀，过年前一个月就有很多花市开张了，卖很多种花，越南人一般买橘子盆景、桃花或者梅花装饰客厅，那些富有的家庭每个房间都会摆放一瓶鲜花。

阿华：越南人在春节一般会做些什么美食呢？

阿南：春节前几天他们包粽子，除夕到正月初三这几天他们会做一些传统的美食，比如炸春卷、排骨笋汤、瘦肉团、烤肉饼、木鳖糯米饭、白切鸡、炒什锦等。明天大年初一早上你来家里冲年喜，然后和我家人一起吃年饭你就知道啦。

阿华：那还有什么好说的！明天早上我早起到你家冲年喜，我的生肖和你父亲的生肖相合，一定会在新的一年里给你全家人带来好运、吉祥。

阿南：我也期待着，烟花放完了呢，咱们回去休息吧。

阿华：好的，明天早上见。

阿南：好的。

Phần hai: Ngữ âm tiếng Việt
第二部分：越南语语音

Ngữ âm tiếng Việt
越南语语音

1. 元音

1.1 单元音

单元音	发音方法
a	口腔自然张开，双唇舒展，舌位平放，长度较长
ă	口腔自然张开，双唇舒展，舌位平放，长度较短
ơ	开口度半闭，双唇舒展，舌根抬高，长度较长
â	开口度半闭，双唇舒展，舌根抬高，长度较短
e	开口度半闭，双唇呈扁平型，舌面抬高，舌根后缩
ê	开口度半开，双唇较扁，舌尖轻抵下齿龈
i (y)	开口度半开，舌面接近硬腭，舌尖轻抵下齿龈
o	开口度半开，双唇收圆，舌稍后缩
ô	开口度半闭，双唇收圆，舌稍后缩
u	开口度近于闭，双唇收圆，舌身后缩
ư	开口度半闭，双唇舒展，上下齿接近闭合，舌根接近软腭

1.2 双元音

双元音	书写形式				发音方法
/ie/	ia	ya	iê	yê	由第一个元音向第二个元音滑动，两个元音的强弱程度基本相同
/uo/		ua	uô		
/ɯɤ/		ưa	ươ		

2. 辅音

辅音	发音方法	发音特点
b	双唇闭紧，形成阻碍，然后骤然放开，气流向外冲出，声带颤动	双唇浊塞音
p	双唇闭紧，形成阻碍，然后骤然放开，气流向外冲出，声带不颤动	双唇清塞音
m	双唇闭拢，软腭下降，气流由鼻腔泄出，声带颤动	双唇浊鼻音
ph	下唇轻抵上齿，气流从唇齿间的缝隙摩擦泻出，声带不颤动	上齿下唇清擦音
v	下唇轻抵上齿，气流从唇齿间的缝隙摩擦泻出，声带颤动	上齿下唇浊擦音
đ	舌尖抵住上齿龈，形成阻碍，然后骤然放开，气流向外冲出	舌尖上齿龈浊塞音，不送气音
t	舌尖抵住上齿背，形成阻碍，然后骤然放开，气流向外冲出	舌尖上齿背清塞音，不送气音
th	舌尖抵住上齿背，形成阻碍，然后骤然放开，气流冲破阻碍使舌尖弹开	舌尖上齿背清塞音，送气音
n	舌尖抵住上齿龈，软腭下降，气流由鼻腔泄出，声带颤动	舌尖上齿龈鼻音
l	舌尖抵住上齿龈，轻轻放开，声带颤动	舌尖上齿龈
s x	舌尖轻抵下齿背，气流从舌面前部与上齿龈的狭缝挤擦出来	舌尖上齿龈清擦音
d gi r	舌尖轻抵下齿背，舌面前部贴近上齿龈，然后骤然放开，气流向外冲出，声带颤动	舌尖上齿龈浊擦音
ch tr	舌面贴近硬腭，形成阻碍，然后骤然放开，气流向外冲出	舌面硬腭塞音
nh	舌尖轻抵下齿龈，舌面抵住硬腭，气流由鼻腔泄出	舌面硬腭鼻音
c k q	舌根抵住软腭，形成阻碍，然后骤然放开，气流向外冲出	舌根软腭塞音

（续表）

辅音	发音方法	发音特点
ng ngh	舌根轻抵软腭，气流由鼻腔泄出	舌根软腭鼻音
kh	舌根靠近（接近）软腭，然后骤然放开，气流从当中的狭缝挤擦出来	舌根软腭清擦音，送气音
g gh	舌根靠近（接近）软腭，然后骤然放开，气流从当中的狭缝挤擦出来	舌根软腭浊擦音
h	声带略收敛，气流从喉咙里摩擦而出，不受阻碍	清擦喉音

3. 韵母

3.1 单元音韵母

单元音韵母指由一个元音构成的韵母，详见下：

      a   ơ   e   ê   i (y)

      o   ô   u   ư

*单元音 ă â 需后附韵尾才能构成韵母。

3.2 含韵腹和韵尾的韵母

韵腹（单元音）和韵尾（辅音）构成的韵母，详见下：

	m	n	p	t	c	ch	nh	ng
a	am	an	ap	at	ac	ach	anh	ang
ă	ăm	ăn	ăp	ăt	ăc			ăng
ơ	ơm	ơn	(ơp)	ơt				
â	âm	ân	âp	ât	(âc)			(âng)
e	em	en	ep	et	ec			eng
ê	êm	ên	êp	êt		êch	ênh	

	m	n	p	t	c	ch	nh	ng
i (y)	im	in	(ip)	it		ich	inh	
o	om	on	op	ot	oc			ong
ô	ôm	ôn	ôp	ôt	ôc			ông
u	um	un	up	ut	uc			ung
ư	ưm	ưn		(ưt)	ưc			ưng

韵腹（单元音）和韵尾（半元音）构成的韵母，详见下：

ai　　　　ay　　　　ây　　　　ao　　　　au
âu　　　　oi　　　　ôi　　　　ơi　　　　ui
ui　　　　eo　　　　êu　　　　iu　　　　ưu

3.3 含韵头和韵腹的韵母

uơ　　　　oa　　　　oe　　　　uê　　　　uy

3.4 含韵头、韵腹和韵尾的韵母

oam　　oap　　oan　　oat　　oanh　oach　oang　oac
(oăm) (oăp) (oăn) (oăt)　　　　　　　　oăng　(oăc)
oai　　oay　　oao　　oeo　　(oen) (oet)
(uên) (uêt) (uênh) (uêch)
uân　　uât　　uâc　　(uâng)
uym　(uyn) (uyt) (uyp) uynh
uych (uây) (uyu) (uau) (uêu)

3.5 含双元音的韵母

| ia | iê | ua | ưa |
| ya | yê | uô | ươ |

当后面有韵尾时书写形式：iê
当后面无韵尾时书写形式：ia ua ưa
当前面有韵头，后面有韵尾时书写形式：yê
当前面有韵头，后面无韵尾时书写形式：ya
必须后附韵尾的双元音：uô ươ

3.6 含双元音和韵尾的韵母

yêm (iêm)	yên (iên)	yêng (iêng)			
(iêp)	yêt (iêt)	(iêc)			
uôm	uôn	uôp	(uôt)	(uôc)	uông
ươm	ươp	ươn	ươt	ương	ươc
uôi	ươi	ươu	yêu (iêu)		

3.7 含韵头和双元音的韵母

(uya)

3.8 含韵头、双元音和韵尾的韵母

uyên   (uyêt)

4. 声调

序号	调号	越语名称	汉语名称	例词		
1		thanh ngang	横声	xin	Lan	vui
2	`	thanh huyền	玄声	lần	đầu	chào
3	̉	thanh hỏi	问声	Hải	hỏi	khỏe
4	~	thanh ngã	跌声	lỗi	cũng	vẫn
5	´	thanh sắc	锐声	rất	tháng	sáu
6	.	thanh nặng	重声	gặp	mặt	một

Phân biệt âm tiếng Việt
越南语辨音

Chủ đề 1   Chào hỏi

1. Phân biệt âm: ui/ôi   ên/iên   au/âu

vui — vôi   xui — xôi   cúi — cối
tên — tiên   lên — liên   hên — hiên
lau — lâu   đau — đâu   cau — câu

2. Phân biệt âm: ăm/am   im/in   ng/nh

thăm — tham   hăm — ham   căm — cam
tim — tin   sim — xin   tìm — tìn
nga — nha   ngỏ — nhỏ   ngang — nhang

3. Phân biệt âm: au/ao   ua/ưa   ăp/ăt

cháu — cháo   lau — lao   sau — sao
mua — mưa   cua — cưa   lúa — lứa
gặp — gặt   bắp — bắt   thắp — thắt

Chủ đề 2   Tự giới thiệu bản thân

1. Phân biệt âm: uen/uên   ât/ăt   an/ân

quen — quên
cất — cắt   bất — bắt   thất — thắt
lan — lân   can — cân   ban — bân

2. Phân biệt âm: ơn/ân   ô/o   ôi/oi

lớn — lấn   hơn — hân   cơn — cân

phố — phó   mổ — mỏ   ngố — ngó
đối — đói   thối — thói   xôi — xoi

3. Phân biệt âm: ông/ung   ay/ây   up/ôp

chồng — chùng   xông — xung   cống — cúng
dạy — dậy   ngáy — ngấy   máy — mấy
súp — xốp   cúp — cốp   chụp — chộp

Chủ đề 3   Cuộc sống trường lớp: Trong lớp học

1. Phân biệt âm: iêt/êt   ôn/on   ây/ơi

tiết — tết   kiết — kết   miệt — mệt
côn — con   ngốn — ngón   hồn — hòn
thầy — thời   xây — xơi   phây — phơi

2. Phân biệt âm: uông/uôn   uôc/uôt   at/ăt

muống — muốn   xuông — xuôn   luồng — luồn
luộc — luột   ruốc — suốt   thuộc — thuột
bát — bắt   tát — tắt   vạt — vặt

3. Phân biệt âm: inh/in   nh/n   ôp/op

xinh — xin   thình — thìn   vinh — vin
nhiên — niên   nhô — nô   nhỡ — nỡ
nộp — nọp   cốp — cóp   bốp — bóp

Chủ đề 4   Cuộc sống trường lớp: Kí túc xá

1. Phân biệt âm: t/đ   ơi/ươi   oc/ôc

toàn — đoàn   tông — đông   túng — đúng
mới — mươi   lời — lười   rơi — rươi
tóc — tốc   cọc — cộc   xóc — xốc

2. Phân biệt âm: êm/em   ac/ăc   uât/uân

đêm	—	đem	nếm	—	ném	thềm	—	thềm
khác	—	khắc	sạc	—	sặc	rác	—	rắc
luật	—	luận	thuật	—	thuận	xuất	—	xuân

3. Phân biệt âm: iêu/êu   ôc/uc   êt/et

riêu	—	rêu	thiêu	—	thêu	biểu	—	bểu
cộc	—	cục	thốc	—	thúc	bộc	—	bục
hết	—	hét	mệt	—	mẹt	dệt	—	dẹt

Chủ đề 5   Cuộc sống trường lớp: Nhà ăn

1. Phân biệt âm: e/ê   an/ăn   uan/oan   ơp/âp   ông/ong   ên/en

rẻ	—	rễ	đẻ	—	để	thè	—	thể
chán	—	chắn	mạn	—	mặn	sán	—	sắn
quan	—	loan						
hợp	—	hập	lớp	—	lấp	nhớp	—	nhấp
trông	—	trong	chồng	—	chòng	cộng	—	cọng
lên	—	len	đền	—	đèn	bến	—	bén

2. Phân biệt âm: uôn/ôn   ăng/ang   âm/ân   ưc/ưt   ap/ăp   ơm/âm

muốn	—	mốn	tuồn	—	tồn	xuôn	—	xôn
đăng	—	đang	thắng	—	tháng	lăng	—	lang
cầm	—	cần	dầm	—	dần	chấm	—	chấn
phức	—	phứt	tức	—	tứt	đức	—	đứt
tạp	—	tặp	sáp	—	sắp	tháp	—	thắp
sớm	—	sấm	thơm	—	thâm	cơm	—	câm

3. Phân biệt âm: on/oan   ich/it   uât/uôt   ôt/uôt

ngon	— ngoan	lon	— loan	tón	— toán
thích	— thít	bịch	— bịt	hích	— hít
suất	— suốt	chuất	— chuốt	quật	— cuột
sốt	— suốt	tốt	— tuốt	chột	— chuột

Bảng tra từ mới
生词总表

A

ai 谁	(4)
ai dè 没想到	(25)
Alipay 支付宝	(26)
an ninh 安全	(22)
an toàn 安全	(5)
anh 哥，你	(1)
anh ấy 他	(17)
anh chị em 兄弟姐妹	(8)
à 哟，啊（置句首或句尾，表疑问、亲昵或感叹）	(3)
ảnh hưởng 影响	(7)
ảnh màu 彩照	(31)
Ả Rập Xê Út 沙特阿拉伯	(25)
ánh sáng 灯光	(18)
áo 衣服，上衣	(6)
áo dài 越南长衫	(7)
áo phông T 恤，文化衫	(7)
áo trễ vai 一字领	(7)
áp dụng 采取	(9)
áp lực 压力	(8)
áp lực quá 压力大	(29)
ạ（置句尾，表尊重或亲昵）	(2)

Ă

ăn 吃	(3)
ăn mặc 打扮	(7)
ăn mặc gọn gàng 穿着整洁	(32)
ăn ngon 吃得香	(25)
ăn sáng tự chọn 自助早餐	(21)
ăn Tết 过年	(33)
ăn thử 品尝	(3)
ăn uống 伙食，饮食	(5)

Â

âm nhạc 音乐	(11)
âm thanh 声音	(17)
Âu – Á 欧亚	(15)
ẩm thực 饮食	(3)
ấm 暖和的	(6)

B

ba hôm 三天	(3)
ban đêm 夜间，晚上	(6)
ban ngày 白天	(6)
ban nhạc 乐队	(11)
bao giờ 什么时候	(3)
bao gồm 包括	(21)
bao nhiêu 多少	(5)
bay thẳng 直飞	(22)
bà chủ 老板娘	(11)
bài hát 歌曲	(11)
bài tập 作业	(3)
bài tập về nhà 课后作业	(3)
bàn cân 称重	(22)
bàn ghế 桌椅	(3)
bàn xuất nhập cảnh 出入境处	(22)
bảng A A 组	(25)
bản sắc 本色，本土	(12)
bản thân 自己，本身	(2)
bảo 告诉，说	(3)
bảy 七	(23)
bãi biển Mỹ Khê 美溪沙滩	(23)
bão 台风	(23)
bão hoà 饱和	(16)
bác 伯父，伯母	(1)
Bách Khoa 百科（大学名）	(11)
bác sĩ 医生	(2)
bánh bao 包子	(15)
bánh đặc sản vùng 各地的特产点心	(15)
bánh trôi 汤圆	(33)
bán thời gian 兼职	(32)
báo 告诉，预报	(6)
báo chí 报刊杂志	(32)
báo danh 登记，报名	(4)
báo mất 挂失	(5)
báo sửa chữa 报修	(4)
bát 碗	(3)
Bạch Mai 白梅（医院名）	(20)
bạn 朋友，同学	(1)
bạn bè 朋友	(9)
bạn thân 好朋友	(10)
băng chuyền 传送带	(31)
bằng 用……（做的）	(7)
bằng cấp 文凭，学历	(32)
bằng Đại học 大学文凭	(32)
Bắc 北	(24)
Bắc bộ 北部	(18)
bắt đầu 开始	(3)
bắt nạt 欺负	(10)
bây giờ 现在	(1)
bầu không khí 氛围，气氛	(17)

bầu trời 天空	(23)	bị 被	(4)
bất động sản 房地产	(2)	bị cảm 感冒	(20)
bất kỳ … nào 任何	(21)	bị hỏng 坏了	(4)
bất ngờ 意想不到	(18)	bị ốm 生病	(20)
bất tiện 不便	(4)	bị quá 超过	(22)
bận 忙	(1)	bị tắc đường 堵车	(13)
bận mất 很忙	(11)	bỏ qua 放过，错过	(24)
bận rộn 忙碌	(33)	bóng đá 足球	(25)
bật 打开，放（音乐）	(4)	bóng rổ 篮球	(25)
béo 胖	(5)	bọn cháu 我们	(4)
béo phì 肥胖	(29)	bọn em 我们（同辈间的昵称）	(4)
bền 耐用	(28)	bổ 滋补	(27)
bề trên 长辈，上级，上司	(1)	bố 父亲	(8)
bể nhảy cầu 跳水池	(24)	bốn 四	(8)
bến xe 车站	(13)	bốn mùa 四季	(6)
bến xe buýt 公交车站	(14)	bộ nhớ 存储	(28)
bệnh viện 医院	(20)	bơi 游泳	(18)
bia tiến sĩ 进士碑	(24)	bơi lội 游泳	(24)
biển 大海	(8)	Brazil 巴西	(25)
biểu diễn ca nhạc 演唱会	(17)	buôn bán 销售	(33)
biểu quyết 表决	(19)	buồn quá 很无聊	(14)
biểu tượng 象征	(24)	buổi 次，节	(11)
biến 变	(28)	buổi biểu diễn cá nhân 个人演唱会	(17)
biết 知道，认识，懂得	(3)	buổi chiều 下午	(9)
bình nước nóng 热水瓶	(4)	buổi phỏng vấn 面试环节	(32)
bình thường 一般，平常	(1)	buổi sáng 早上	(9)

bún 粉	(19)	
bún chả 烤肉粉	(3)	
bữa này 这顿饭	(15)	
bữa sáng 早餐	(21)	
bức tường 墙	(11)	

C

ca khúc 歌曲	(17)	
camera 摄像头	(28)	
canh 汤	(3)	
canh cua 蟹汤	(3)	
canh măng sườn 排骨笋汤	(33)	
canh rau ngót 羊角菜汤	(3)	
cao cấp 商务间	(21)	
cao vút 高耸	(18)	
ca sĩ 歌手	(11)	
cay 辣	(15)	
cà pháo 小圆茄	(3)	
cà phê 咖啡	(9)	
cà tím 紫茄	(19)	
cả gia đình 全家，一家人	(8)	
cải thiện 改善	(25)	
cả lớp 全班	(19)	
cảm biến 感应	(28)	
cảm giác 感觉	(25)	
cảm giác thật 栩栩如生的感觉	(18)	
cảm thấy 感觉，觉得	(8)	
cảnh 景色	(9)	
cảnh quan 景观	(23)	
cả xã hội 全社会	(12)	
cá 鱼	(15)	
các 各	(3)	
các bạn ấy 他们	(18)	
các bậc đại quyền quý 达官贵族	(24)	
các cháu 你们	(4)	
các cô chú 叔叔阿姨	(5)	
cách 方法，方式	(11)	
cách 距离	(9)	
cách ăn mặc 穿衣打扮	(7)	
cách hai 第二种方法	(31)	
cách tân 革新（常指文化、艺术方面），改良	(7)	
các kỳ 历届	(25)	
các loại 各种	(15)	
các loại hình 种类，形式	(18)	
các quy định liên quan 相关规定	(31)	
các thứ 各种	(19)	
cái 个，只，台	(4)	
cái 放在人名前，指女孩；个	(10)	
cái ba lô 背包	(22)	
cái đấy 那	(10)	
cái gì 什么	(3)	

cái ô 一把伞	(6)	
cám ơn 谢谢	(4)	
cá nhân 个人	(20)	
cánh gà 鸡翅	(19)	
Cáo bắt vịt《狐狸抓小鸭》	(18)	
cá song 石斑鱼	(27)	
cá tươi sống 活鱼	(27)	
cắm trại 露营	(19)	
câu đối 对联	(33)	
câu hỏi 疑问	(32)	
cây cau 槟榔树	(18)	
cầm 拿	(5)	
cầm theo 拿着	(6)	
cần 需要	(7)	
Cần Thơ 芹苴	(9)	
cầu lông 羽毛球	(25)	
cầu Thê Húc 栖旭桥	(24)	
cầu thủ 球员	(25)	
Cẩm Y Vệ 《锦衣卫》	(16)	
cấm 禁止	(33)	
cấp 级	(9)	
cấp hai 初中	(10)	
cấu hình 配置	(28)	
cậu 你（年轻人同学朋友之间的昵称）	(2)	
chai 瓶	(19)	

chào 致意用语	(1)	
chào buổi sáng 早上好	(22)	
chào hỏi 问候	(1)	
chào mừng 欢迎	(21)	
chả 不	(7)	
chả 烤肉饼	(33)	
chả bao giờ…cả 从来不会……	(10)	
chả bảo lâu rồi 很久了	(8)	
chả bù cho 哪像……	(4)	
chả mực 烤鱿鱼	(3)	
chả trách 难怪，怪不得	(17)	
chảy nước miếng 流口水	(19)	
chảy nước mũi 流鼻涕	(20)	
chán 厌腻，腻	(5)	
chán chết 无聊死了，烦死了	(11)	
cháu 小孩	(1)	
cháu nội 孙子	(1)	
cháy hết mình 全身心投入	(11)	
chạy bộ 跑步	(25)	
Chạy Ngay Đi 《快跑吧》	(17)	
chăm 看管，照管	(1)	
chăm chỉ 刻苦，认真	(10)	
chăm sóc 照顾	(10)	
chăm sóc sức khỏe 关爱健康	(12)	
chẳng 不	(8)	
chẳng…còn gì ……不是吗？	(8)	

chẳng mấy khi 很少有	(19)	
chẳng thiếu thứ gì 啥都不缺	(27)	
chắc 一定，必定	(3)	
Chân Tử Đan 甄子丹	(16)	
Châu Á 亚洲	(25)	
chần chừ 犹豫	(19)	
chấp nhận 接受	(28)	
chất liệu 料子，布料	(7)	
chất lượng 质量	(25)	
chậu cảnh 盆景	(33)	
chậu quất cảnh 金橘盆	(33)	
chen 混杂	(18)	
chèo 嘲戏	(18)	
chênh lệch 相差	(22)	
chế biến 加工	(33)	
chiều 下午	(4)	
chiều nay 今天下午	(4)	
chiến dịch 活动	(12)	
Chiết Giang 浙江	(15)	
China UnionPay 中国银联	(26)	
chi nhánh 支行	(30)	
chỉ 只是	(8)	
chỉ 只有	(6)	
chỉ còn 只剩下	(17)	
chí hướng 志向	(12)	
chín cây 树上自然成熟的	(27)	

chính là 正是，就是	(13)	
chính phủ 政府	(8)	
chị 姐	(1)	
chị ấy 她	(8)	
chị gái 姐姐	(8)	
chịu ảnh hưởng 受影响	(23)	
cho 给	(3)	
cho 让	(5)	
cho biết 告知，告诉	(9)	
cho biết 认为	(18)	
cho chắc 可靠	(6)	
cho đi 让去	(8)	
cho mát 凉爽，凉快	(7)	
cho phép 允许	(33)	
cho rằng 认为	(12)	
chòi 窝棚	(19)	
chóng mặt 快，变化多端	(6)	
chọn 挑选	(7)	
chọn, lựa chọn 挑选，选择	(7)	
chôm chôm 毛荔枝	(27)	
chỗ đứng 地位，一席之地	(12)	
chỗ trống 空位置	(17)	
chống nước 防水	(28)	
chơi 玩	(8)	
chơi điện tử 玩游戏	(29)	
chơi game 玩游戏	(28)	

chợ 菜市	(19)
chợ Nhân Chính 仁正市场	(27)
chợ nổi Cái Bè 盖馨水上市场	(23)
chợ nổi Cái Răng 盖让水上市场	(23)
chuẩn bị 准备	(3)
chu đáo 周到	(20)
chung 共同	(8)
chuyên ngành 专业	(2)
chuyển 转	(5)
chuyển khoản 转账	(29)
chuyển kí túc 搬宿舍	(4)
chuyến 趟，次	(17)
chuyến bay 航班	(22)
chùa Một Cột 独柱寺	(24)
chủ đề 课	(1)
chủ nhật 星期天	(7)
chủ yếu 主要	(15)
chúc 祝	(1)
chúng cháu 我们	(4)
chúng mình 我们，咱们	(11)
Chúng Ta Của Sau Này 《后来的我们》	(16)
Chúng Ta Không Thuộc Về Nhau 《我们不属于彼此》	(17)
chút 一点儿	(7)
chú trọng 注重	(7)
chụp ảnh 照相	(10)
chưa 还没有	(1)
Chưa…… 了吗，……了没有（表疑问语气）	(1)
chưa ăn bao giờ 从来没有吃过	(3)
chưa … bao giờ 从来没有	(10)
chưa dám nhận lời 不敢答应	(31)
chương trình 活动	(12)
chữ S S 字	(23)
chứ 吧（语气词）	(8)
chứ 是吧（语气词）	(9)
chứ 而	(6)
chức năng 功能	(28)
chức vụ 职务	(32)
chứ không phải 而不是	(27)
chứng minh thư 身份证	(5)
chứng tỏ 证明	(25)
Coca-Cola 可口可乐	(19)
coi trọng 重视	(33)
con 孩子	(6)
con cái 儿女	(8)
con cáo 狐狸	(18)
con trai 男孩	(8)
con vịt 鸭子	(18)
còn 还，那么	(1)
còn gì 表肯定语气	(27)

còn gì nữa không? 还有什么吗？	(32)	
còn gọi là 又称为……	(24)	
còn hiệu lực 有效	(31)	
có 是的(应答语)	(6)	
có 有	(1)	
có cả cho 连同	(7)	
có giải 有奖	(11)	
có…không? 有……吗？（疑问句型）	(4)	
có mặt 到	(22)	
có nhiều trụ liên tiếp 有很多连排的柱子	(24)	
có tên 名称为	(11)	
có thể 可以	(8)	
có tiếng 有名	(15)	
có tuyết rơi 下雪	(6)	
có ý nghĩa 有意义	(16)	
cô 老师(女), 阿姨	(4)	
Cô Gái Năm Ấy Chúng Ta Cùng Theo Đuổi 《那些年，我们一起追的女孩》	(16)	
cô giáo 老师	(8)	
Côn Đảo ở Bà Rịa – Vũng Tàu 头顿省的昆岛	(23)	
công chức 公职人员	(33)	
công nghệ 工艺，技术	(28)	

công nhận 公认	(23)	
công sức 力量	(12)	
công ty 公司	(1)	
công viên 公园	(24)	
công viên Mặt Trời 太阳公园	(24)	
công việc 工作	(1)	
Côn Minh 昆明	(14)	
cổ 古老的	(18)	
cổ kính 古老的	(3)	
cổng 门	(13)	
cổng Bắc 北门	(13)	
cổng ra 出门	(13)	
cổng vào 进门	(13)	
cổ truyền 传统	(18)	
cố đô Huế 顺化古都	(23)	
cố lên 加油	(12)	
cốm làng Vòng 望村嫩糯米	(9)	
cộng đồng 社会	(12)	
cơ 嘛（语气词）	(4)	
cơ hội 机会	(18)	
cơm 饭	(5)	
cơm bình dân 快餐	(27)	
cơm tự chọn 自助餐	(15)	
Cơn lốc màu da cam – Hà Lan 橙色军团荷兰	(25)	
cơ quan 单位	(8)	

cờ quạt 扇形旗	(18)
cỡ 尺寸	(26)
cỡ LL 码	(26)
cung cấp 提供	(23)
cuối tuần 周末	(8)
cuốn 本	(11)
cuống 蒂	(27)
cuộc 次，场	(23)
cuộc sống 生活	(3)
cuộc sống hàng ngày 日常生活	(18)
cuộc thi 比赛	(7)
cuộc thi sắc đẹp 选美比赛	(7)
cùng 一起	(10)
cùng 共同	(12)
cùng lớp 同班	(10)
cùng với 和……一起	(10)
của 的（表从属关系）	(1)
cũ 故旧	(1)
cũ 旧的	(4)
cũng 也	(1)
cũng như 以及	(4)
cụm camera 摄像头组	(28)
cưới vợ 娶妻	(8)
cửa 门口	(11)
cửa DD 门	(14)
cửa hàng 商店	(7)
cửa hàng quần áo 服装店	(7)
cửa sổ 登机口	(22)
cử nhân 本科	(32)
cứ nghĩ 只想着	(25)
cứu giúp 挽救，救助	(12)
cực 极其	(7)
cực khủng 顶级	(28)

D

da 皮肤	(10)
danh lam thắng cảnh 名胜古迹	(9)
danh mục 名录	(31)
dao động 摇动，摆动	(23)
dành ra 腾出	(25)
dành riêng 单独为	(24)
dải đất 国土	(23)
dãy 排	(27)
dán 贴	(33)
dáng 样子	(10)
dáng người 外形	(10)
dạ 哎，是（应答语）	(4)
dạo 游逛	(9)
dạo này 最近	(1)
dạy 教	(2)
dạy 教	(25)
dạy dỗ 教导	(12)

dân ca 民歌	(18)	
dân gian 民间	(18)	
dân tộc 民族	(7)	
dây 线	(18)	
dần dần 慢慢地	(25)	
dầu ăn 食用油	(19)	
dầu mỡ 油	(15)	
dẫn 带	(7)	
dậy sớm 早起	(33)	
dễ ăn 好吃	(3)	
dễ dàng 容易，方便	(28)	
dễ mặc 好穿	(7)	
dễ nghe 好听	(11)	
dễ phối 好搭配	(7)	
dễ thương 可爱	(10)	
diễn viên 演员	(16)	
diện tích 面积	(24)	
Diệp Vấn 叶问	(16)	
di sản thiên nhiên thế giới 世界自然遗产	(23)	
di tích quốc gia đặc biệt 国家特级遗迹	(24)	
dịp 场合	(7)	
dịp 机会	(9)	
dịu nhẹ 柔和	(6)	
do 由	(4)	

doanh nhân 企业家	(12)	
dòng 机型	(28)	
dòng máy cao cấp 高端机型	(28)	
dọc đường 沿途	(23)	
dọn phòng 打扫	(21)	
dọn vệ sinh 打扫卫生	(3)	
du học 留学	(10)	
du lịch 旅游	(8)	
dung lượng 容量	(28)	
duy nhất 唯一	(18)	
dùng 用	(3)	
dụng cụ 用具	(19)	
dưới 下面	(9)	
dưới nước 水下	(18)	
dừng bước 止步	(25)	
dữ dội 狂热	(11)	
dự báo 预报	(6)	
dự đoán 预计	(17)	
dự kiến 预测	(25)	
dựng bia 立碑	(24)	

Đ

đam mê 痴迷	(25)	
đang 正在	(1)	
đa số 大多数	(7)	
đau đầu 头痛	(20)	

đài 气象台	(6)	
Đài Nghiên 砚台	(24)	
Đà Nẵng 岘港	(9)	
đào tạo 培养	(32)	
đảm nhiệm 担任	(32)	
đảo 岛	(23)	
đảo Ngọc Vừng 玉王岛	(23)	
đảo Phú Quốc 富国岛	(23)	
đảo Ti Tốp 天堂岛	(23)	
đảo Tuần Châu 巡洲岛	(23)	
đã 已经	(1)	
đãi khách 招待客人	(33)	
đá 石头	(23)	
đá bóng 踢足球	(8)	
đánh bắt 捕捞	(27)	
đáp ứng 满足	(32)	
đá vôi 石灰岩	(23)	
đại diện 代表	(7)	
đại dương 海洋	(23)	
Đại học Dân Tộc Quảng Tây 广西民族大学	(2)	
Đại học Ngoại Thương 外贸大学	(2)	
đạn dược 弹药	(31)	
đạt 取得	(12)	
đăng cai tổ chức 主办	(25)	
đăng ký 登记,报名	(5)	

đằm thắm 浓厚,深厚	(18)	
đằng kia 那边	(26)	
đẳng cấp 等级	(25)	
đắt 贵	(13)	
đắt hàng 好生意	(27)	
đặc biệt 特别	(11)	
đặc điểm 特点	(8)	
đặc sản 特产	(9)	
đặc sắc 特色	(16)	
đặt 放置	(22)	
đặt chân 到达	(24)	
đặt cọc trước 交了押金	(21)	
đặt lên 放上	(31)	
đặt mua 下单	(29)	
đặt mua 订(票)	(8)	
đặt phòng 订房	(21)	
đặt tên 命名	(23)	
đặt trên 立在	(24)	
đặt vé 订票	(16)	
đâu 哪里	(1)	
đây 这	(2)	
đầu năm 年初	(33)	
đầu thế kỷ 15 十五世纪初	(24)	
đầu tiên 首先	(33)	
đất nước 国家	(12)	
đấy 呢(加重语气)	(3)	

đậu phụ 豆腐	(5)	điều kiện 条件 (8)
đậu phụ thối 臭豆腐	(15)	điểm du lịch 旅游景点 (3)
đậu tương 豆浆，黄豆	(15)	điểm đẹp 美景 (11)
đem lại 带来	(7)	điều 条 (31)
đen trắng 老款（手机）	(28)	điện thoại 电话 (4)
đẹp 美丽，漂亮	(9)	điện thoại di động 手机 (28)
đẹp trai 帅哥	(26)	điện thoại thông minh 智能手机 (28)
đêm 晚上	(4)	đi học 上学 (6)
đêm nay 今晚	(25)	đi khắp đó đây 到处走走 (12)
đền Ngọc Sơn 玉山祠	(24)	đi lại 来往 (28)
để 让	(3)	đi thẳng 直走 (13)
để lại 留下	(19)	đi tiếp 接着走 (13)
đến nơi 到达目的地	(13)	đi vào lòng người 深入人心 (18)
đến tận 一直到	(25)	đỉnh tháp 塔顶 (24)
đến từ 来自	(2)	đích thực 真正，的确 (16)
đi 去，吧（放句尾，语气助词）	(1)	địa điểm 地方，地点 (3)
đi bộ 走路，散步	(9)	địa hình 地形 (23)
đi chúc Tết 去拜年	(33)	định 打算 (3)
đi công tác xa nhà 出差	(8)	định mức 按规定 (31)
điền 填	(4)	định vị 定位 (28)
điều chỉnh 调整	(29)	đo 量（体温）(20)
điều (có tiêu) 只不过	(1)	đoàn kết 团结 (19)
điều độ 节制	(29)	Đoàn quân áo thiên thanh – Italia
điều hòa 空调	(4)	蓝色军团意大利 (25)
điều khiển 操纵，操作	(18)	đoàn tụ 团圆 (33)
điều khiển ti-vi 电视遥控器	(28)	đoán 猜 (16)

đoạt giải 获奖	(11)	đồ uống 饮料	(19)
đòi hỏi 要求	(7)	đổi khẩu vị 换口味	(15)
đỏ son 红漆	(24)	đổi tiền 换钱	(30)
đó，đấy 那	(15)	đổi vé 改签	(22)
đói 饿	(15)	đối ngoại 对外	(2)
đón 接	(31)	đốt pháo 放鞭炮	(33)
đóng 扮演	(16)	độ 度	(6)
đóng góp 为……做贡献	(12)	độc đáo 独特	(9)
đóng học phí 交学费	(29)	đội bóng 球队	(25)
đón năm mới 迎新年	(33)	động tác 动作	(18)
đọc báo 看新闻	(28)	đơn giản 简单	(7)
đọc sách 看书	(11)	đơn vị 单位	(9)
đọc sách báo 阅读	(11)	đơn xin phép 请假条	(20)
Đông 东	(13)	đơn xin việc 求职意向书	(32)
đông 冬	(6)	đỡ 减轻，好转	(20)
đông 多	(8)	đợi 等	(11)
đông đúc 稠密	(27)	đợt 次	(10)
đô thị cổ Hội An 会安古城	(23)	đợt 阶段，阵	(6)
đồ 东西	(9)	đua thuyền rồng 赛龙舟	(33)
đồ ăn 吃的东西	(19)	đuổi theo 追赶	(18)
đồ dùng 用品	(19)	đu quay khổng lồ 大型摩天轮	(24)
đồ dùng hàng ngày 日常用品	(26)	đùi gà 鸡腿	(5)
đồng 盾	(17)	đủ 足够，齐全	(4)
đồng bằng 平原	(18)	đủ rộng 足够宽	(19)
đồng đều 一致，均衡	(25)	đúng 正确，对的	(7)
đồ trang sức 饰品	(27)	đúng giờ 按时	(11)

đúng là 确实是	(4)
đụng 碰，摸	(25)
đưa 送，带	(17)
đưa cho 送给	(20)
đưa vào 投入	(14)
đương nhiên 当然	(10)
đường đi 路上	(23)
đường Lạc Long Quân 骆龙君路	(24)
đường phố 街道	(33)
đường trượt phao 水上滑梯	(24)
đường trượt xoắn 螺旋滑道	(24)
được 能够，可以	(1)
được phép 允许	(8)
đứa 个，家伙（长辈对晚辈、上级对下级的称呼）	(8)
Đức 德国	(25)
đứng 站	(17)
đứng sau 站在后面	(18)

E

em 弟弟，妹妹	(1)
Em Của Ngày Hôm Qua 《昨天的你》	(17)
em trai 弟弟	(8)

Ê

ê 喂（呼唤同辈和小辈用语）	(3)

F

Fanta 芬达	(19)

G

ga 站	(14)
gà 鸡，鸡肉	(20)
gà luộc 白切鸡	(33)
gắn bó 亲近，密切	(19)
gắt 酷热	(6)
gặp 碰见，遇见	(1)
gặp may mắn 好运	(33)
gặp mặt 见面	(1)
gặp phải 碰到	(31)
gây 造成	(29)
gần 近	(11)
gần đây 最近	(25)
gần với 靠近	(17)
gấp 2 lần 增加一倍	(17)
ghét 可恨	(10)
ghế 椅子	(20)
ghi 记录	(32)
gia đình 家庭	(8)

giai điệu 旋律	(11)	giờ 小时，时间	(4)
giao 布置	(3)	giờ giấc 作息时间	(29)
giao lưu 交流	(19)	giới thiệu 介绍	(8)
giao thông 交通	(14)	giới trẻ 年轻人	(17)
giao thừa 除夕	(33)	giúp 帮	(11)
giao tiếp 交际	(29)	giường 床	(4)
gia vị 调料	(19)	giường đôi 双人床	(21)
giàu có 富有	(33)	giường đơn 单人床	(21)
giày dép 鞋子	(26)	giữa 之间	(19)
giải nhất 冠军，一等奖	(11)	gì 什么	(1)
giải trí 娱乐	(16)	gói bánh chưng 包粽子	(33)
giảm bớt 减少	(25)	gọi 叫	(3)
giảm cân 减肥	(25)	gọi 点（菜）	(15)
giảm giá 降价	(23)	gọi 通知	(9)
giá 价格	(15)	gọi chung 统称	(9)
giá hữu nghị 友情价	(26)	gọi món 点菜	(5)
giám đốc 经理	(32)	gọi tên 叫号	(20)
giáo dục 教育	(12)	gọi video 视频通话	(28)
giáo sư 教授	(12)	gỗ 木头	(18)
giáo viên 教师	(1)	gợi ý 提建议	(19)
giá thành 成本	(7)	gươm báu 宝剑	(24)
giá vé 票价	(22)	gửi 付（钱）	(5)
giò 瘦肉团	(33)	gửi 托运	(22)
giỏ 购物车	(29)		
giống 像	(8)	**H**	
giống với 像	(5)	ha 公顷	(24)

hay 喜欢	(7)	
hay 经常	(8)	
hay ăn vặt 喜欢吃零食	(10)	
hay sao 不成，（前面常常有难道、莫非 等词呼应），好像（用在句末，表示推测或反问的语气）	(4)	
hài 诙谐	(16)	
hài hòa 和谐	(23)	
hàng khô 干货	(27)	
hàng lỗi 有瑕疵的货	(29)	
hàng quà sáng 早餐行	(27)	
hàng rau 蔬菜行	(27)	
hàng thịt 肉行	(27)	
hàng trăm 上百	(18)	
hành chính 行政	(9)	
hành lý 行李	(22)	
hành tinh 地球	(25)	
Hà Nội 河内	(1)	
Hàn Quốc 韩国	(25)	
hả 吗，呢（助词，用在句末表示疑问的语气）	(4)	
Hải Phòng 海防	(9)	
hải sản 海鲜	(27)	
hãng 公司	(22)	
Hãng Apple 苹果集团	(28)	
Hãng Hoàng Long 黄龙公司	(23)	
Hãng Huawei 华为集团	(28)	
Hãng Jetstar và Vietjet Air 捷星航空公司，越捷航空公司	(23)	
Hãng quốc tế 国际公司	(26)	
Hãng Vietnam Airlines 越南航空公司	(23)	
hãy 或者	(21)	
hạ 夏	(6)	
hạng phổ thông 经济舱	(22)	
hạng thương gia 头等舱	(22)	
hạ xuống 下降	(6)	
hăng hái 积极	(19)	
hằng năm 每年	(23)	
hằng ngày 每天	(32)	
hâm mộ 羡慕	(7)	
hân hạnh 荣幸	(2)	
hầu như 几乎，差不多	(26)	
hấp 蒸	(27)	
hè phố 人行道，街边	(9)	
hẹn gặp lại 下次见	(21)	
hết 总共	(4)	
hết 置于句末，用于增强肯定语气	(4)	
hết bao nhiêu tiền 总共多少钱	(22)	
hết mình 全身心投入	(19)	
hết ván 玩完一局	(29)	
hệ điều hành 操作系统	(28)	

hệ hô hấp 呼吸系统	(25)	hoài phí 蹉跎	(19)
hệ thống 系统	(18)	hoàng hôn 黄昏	(9)
hiển thị 显示	(28)	Hoàng Thành Thăng Long 升龙皇城	(9)
hiểu biết 了解	(19)		
hiểu được 懂得	(18)	hoàn lại tiền 退款	(29)
hiểu nhau 了解	(10)	hoàn thiện 完善	(14)
hiến máu 献血	(12)	hoặc 或者	(3)
hiện đại 现代	(16)	hòa bình 和平	(24)
hiện nay 目前	(2)	hòa chung 融入	(17)
hiệu quả 有效	(32)	hòa đồng 融入，融合	(32)
hiệu sách 书店	(11)	Hòn Chồng – Hòn Vợ 钟屿石岬角	(23)
hiệu thuốc 药店	(20)	hòn đảo 岛屿	(23)
hi vọng 希望	(25)	hỏi 问	(5)
hình 形状	(23)	hỏi chuyện 询问，打听	(4)
hình ảnh 形象	(18)	hỏi đường 问路	(13)
hình nghiên mực 砚墨台	(24)	hỏi thăm 探望	(1)
hình như 似乎	(7)	hóa chất 化学物质	(27)
hình thể 形体	(18)	hóa đơn 发票	(21)
hình thức 形式	(4)	học 学	(8)
hình tượng 形象	(24)	học 学习	(2)
ho 咳嗽	(20)	học bổng 奖学金	(11)
hoa đào 桃花	(33)	học giỏi 学习好	(10)
hoa hậu 选美冠军	(7)	học giỏi 学霸	(8)
hoa mai 梅花	(33)	học hành 学习	(10)
hoa quả 水果	(20)	học thêm 补习	(8)
hoa tươi 鲜花	(33)	học trực tuyến 线上学习	(29)

họ tên 姓名	(4)
hô hấp 呼吸	(25)
hôm nay 今天	(3)
hôm qua 昨天	(20)
hôm trước 前几天	(5)
hồ 湖	(9)
hồ Ba Bể 三海湖	(23)
Hồ Chí Minh 胡志明	(2)
hồ Đồng Quan 同关湖	(19)
hồ Gươm 剑湖	(9)
hồ Hoàn Kiếm 还剑湖	(9)
hồ Lục Thủy 绿水湖	(24)
Hồ Nam 湖南	(15)
hồ sơ 档案，资料	(32)
hồ Tả Vọng 左望湖	(24)
hồ Tây 西湖	(9)
hỗ trợ 支持	(28)
hộ chiếu 护照	(21)
hộ chiếu điện tử 电子护照	(31)
hồi 时候	(10)
hồi bé 小时候	(25)
hội chợ việc làm 招聘会	(32)
hơi 有点儿	(1)
hơi lạnh 冷气	(4)
hơn 多的，有余的	(2)
hơn 更	(5)
hơn nữa 而且	(3)
hợp 合适	(26)
hợp khẩu vị 合口味	(5)
hợp tuổi 生肖相合	(33)
Huyền Thoại Trần Chân 《精武风云——陈真》	(16)
huyện 县	(9)
hướng dẫn viên 导游	(9)
hứa 答应，许诺	(8)

I

Iran 伊朗	(25)
ỉ ạ 哎呀（语气词）	(4)
ít lạnh 少冷	(23)
ít nhất 至少	(13)

K

kem đánh răng 牙膏	(26)
kem đánh răng Colgate 高露洁牙膏	(26)
kèm theo 附带	(31)
kèm với 配夹着	(15)
kém 差	(11)
kéo dài 延长	(23)
kê lại 摆放	(3)
kể 讲述，叙述	(18)
kế nghiệp 子承父业	(12)
kết bạn 结交朋友	(12)

kết hợp 结合	(15)	khoai tây chiên 薯条	(10)
kết nối 连接	(28)	khoang tàu 车厢	(23)
kế toán 会计	(8)	khoa Nội 内科	(20)
kết thúc 结束	(16)	khoảng 大约	(2)
kg 千克	(22)	kho tàng 宝库	(18)
khai mạc 开幕	(25)	kho ứng dụng 应用程序	(28)
khao 犒劳	(11)	khỏe 健康	(1)
khả năng 能力	(7)	khóa học 课（指短期培训的）	(11)
khá 相当	(5)	khó chịu 难受	(6)
khác 不一样	(9)	khó khăn 困难	(16)
khác 其他	(4)	không 不	(1)
khách sạn 宾馆	(21)	không 否则，不然	(3)
khác nhau 不一样	(9)	không áp dụng 不适用	(31)
khác với 区别于	(15)	không chênh nhau là mấy 相差不大，相差无几	(17)
khám 看病	(12)		
khám bệnh 看病	(20)	không có gì 不客气	(5)
khá nặng 比较严重	(20)	không dây 无线	(28)
khán đài 看台	(17)	không đắt đâu 一点儿都不贵	(26)
khán giả 观众	(17)	không đội mũ 免冠	(31)
khát khao 渴望	(24)	không được phép 不允许	(4)
khắc 刻	(24)	không gian 空间	(19)
khẩu ngữ 口语	(27)	không hẳn 不完全是	(11)
khéo tay 巧手	(19)	không hề rẻ 不可能便宜	(28)
khi 时候	(9)	không hổ danh 果然，不愧为	(10)
khi nào 什么时候	(9)	không kém phần chất lượng 质量也不错	(27)
khí hậu 气候	(23)		

không khí 空气	(6)	kinh nghiệm 经验	(1)
không khí Tết 年味	(33)	kinh nghiệm làm việc 工作经验	(32)
không kịp đâu 来不及	(3)	kinh tế 经济	(2)
không những... mà còn... 不但……而且……	(19)	kinh thành 皇城	(24)
		kì quan 奇观	(3)
không nói sớm 不早点儿说	(14)	kỉ luật 纪律，处分	(4)
không thấy 不见	(4)	kỉ niệm 纪念	(28)
không tưởng 不可思议	(25)	kĩ 清楚	(13)
Khổng Tử 孔子	(24)	kĩ năng 能力，技能	(32)
khởi hành 起飞	(22)	kĩ thuật 技术	(25)
khu 区	(4)	kích thích 刺激	(29)
khu vực 区域	(17)	kín chỗ 满座	(17)
khu vực phòng chờ đợi 候机室	(22)	kí nhận 签收	(29)
khuyến khích 鼓励	(8)	kính trọng 尊敬，尊重	(12)
khuyến mại 促销	(26)	kí túc xá 宿舍	(4)
khứ hồi 往返	(22)	km 千米	(9)
kiêng 忌口	(20)	kỳ diệu 奇妙	(18)
kiểm phiếu 检查投票	(23)	kỳ quan 奇观	(23)
kiểm tra 检查	(20)	kỹ 仔细	(32)
kiểm tra lại 再检查一遍	(30)	kỹ sư 工程师	(8)
kiểu 方式	(4)	ký 签字	(21)
kiểu 款式	(26)	ký tên 签字	(21)
kiểu dáng 款式	(7)		
kiểu này 这样	(11)	**L**	
Kim Hồ 金湖	(14)	lau bảng 擦黑板	(3)
Kim Liên 金莲	(21)	là 就	(3)

là 是	(1)	
làm 做	(1)	
làm ảnh hưởng đến 影响……	(4)	
làm đẹp 健美	(25)	
làm giảm căng thẳng 舒缓紧张	(25)	
làm lại thẻ 重新办理卡	(5)	
làm mất 丢失，遗失	(5)	
làm nên kỳ tích 成为奇迹	(25)	
làm nghề 从事什么职业	(2)	
làm phiền 麻烦	(10)	
làm quen 认识	(2)	
làm sao 怎么	(20)	
làm thêm 兼职	(1)	
làm thủ tục 办手续	(22)	
làm toán 做数学题	(12)	
làm visa 办理签证	(31)	
làn điệu 曲调	(18)	
làng sinh viên Hacinco Hacinco 学生村	(27)	
lãnh sự quán 领事馆	(14)	
lá 叶子	(6)	
lá rau ngót 羊角菜叶	(3)	
lại 再，还	(5)	
lại 来，又	(3)	
lại là 又是	(3)	
lạ lẫm 陌生	(20)	
lạ lùng 极妙的，无比的	(18)	
lạnh 冷	(6)	
lạnh buốt 寒冷，刺骨	(6)	
lắm 很	(1)	
lâu 久	(2)	
lần 次	(9)	
lần đầu 第一次	(1)	
lần sau 下次	(14)	
lẫn nhau 互相	(10)	
lấy 取，拿	(26)	
lấy chồng 嫁人	(2)	
lấy làm chính 以……为主	(15)	
lấy nhanh 加急	(31)	
lấy thuốc 取药	(2)	
leo 攀，爬	(18)	
lên 上去	(3)	
lên lớp 上课	(20)	
lên máy bay 登机	(22)	
lên mạng 上网	(28)	
lều trại 帐篷，营帐	(19)	
lễ hội 节日	(7)	
lễ phép 有礼貌	(10)	
lễ tân 前台，接待员	(21)	
lệ phí 手续费	(20)	
liên lạc 联系	(10)	
liều 疗程（药量）	(20)	

linh hoạt 灵活	(22)	
lĩnh vực 领域	(32)	
lít 公升	(31)	
lịch sử 历史	(3)	
lịch sự 考究，讲究，得体（衣着）	(7)	
lo 操心，考虑	(8)	
loại thường 普通的	(30)	
lo âu 忧虑	(25)	
lọ 瓶	(33)	
lồng 套上	(27)	
lời ca 歌词	(18)	
lớn 大	(2)	
lớp 5 五年级	(12)	
lớp 8 初三	(8)	
lớp 3 三年级	(12)	
lớp học 教室	(3)	
lớp trưởng 班长	(20)	
lợi bất cập hại 弊大于利	(29)	
lợi ích 利益，好处	(25)	
lợn sữa quay 烤乳猪	(15)	
lung linh 闪烁	(18)	
luôn 立刻，马上	(3)	
luôn 语气词，表强调	(3)	
luồng nhập cảnh 入境道	(31)	
luồng xuất cảnh 出境道	(31)	

luyện 练习	(27)	
lúc 时候	(8)	
lúc thì… lúc thì… 时而……时而……	(4)	
lưng 背	(24)	
lười 懒	(25)	
lướt web 浏览网页	(28)	
lượng 数量	(17)	
lưu diễn 巡演	(17)	
lựa chọn 选择	(21)	
lý thuyết 理论	(32)	
lý tưởng 理想	(12)	

M

m (mét 的缩写) 米	(13)	
mai 明天	(6)	
mang 带有	(12)	
mang theo 带去	(19)	
mang về 带回去	(5)	
Mastercard 万事达卡	(26)	
ma tuý 毒品	(31)	
may 幸运	(5)	
may 缝纫，做（衣服）	(7)	
mà 而（表转折）	(3)	
màn hình 屏幕	(28)	
màn khói huyền ảo 虚幻的烟幕	(18)	

màu 颜色	(7)	mặc dù 尽管	(6)
màu chủ đạo 主流色	(7)	mặt hàng 商品	(26)
màu đen 黑色	(26)	mặt nước 水面	(18)
màu trắng 白色	(26)	mẫu 款式	(7)
màu xanh 蓝色	(26)	mẫu xe 汽车款式	(12)
mày 你（卑称或昵称）	(3)	mất 丢失	(28)
mãi mãi 永久，永远	(25)	mất 花费	(23)
mái nhà 家庭	(8)	mất điện 停电	(4)
mát 凉爽	(3)	mất nước 停水	(4)
mát mẻ 凉爽	(6)	mấy 几	(8)
máy ảnh 相机	(28)	mấy chai rượu Mao Đài 几瓶茅台酒	(31)
máy bay 飞机	(8)		
máy chiếu 投影仪	(3)	mấy đứa lười 想要休闲的游人	(24)
máy di động 手机	(11)	mấy giờ 几点	(4)
máy giặt 洗衣机	(4)	mấy hôm 几天	(6)
máy rút tiền tự động ATM 自动取款机	(30)	mấy hôm nay 这几天	(6)
		mấy hôm nữa 几天后	(6)
máy soi hành lý 安检机	(31)	mật khẩu 密码	(21)
mạ bạc 镀银	(27)	mẹ 妈妈	(3)
mạng Internet 因特网	(29)	mệt 累	(20)
mạnh 强大	(25)	mệt mỏi 疲惫	(20)
mạnh 激烈	(20)	miền Bắc 北方	(15)
mạnh mẽ 劲爆	(11)	miền Nam 南方	(15)
mạ vàng 镀金	(27)	miền Trung 中部	(15)
măng cụt 山竹	(27)	miễn là 只要	(17)
mặc 穿	(6)	miễn phí 免费	(12)

miến trộn 干捞粉丝	(15)	
mì tôm 虾面	(19)	
mong 希望	(8)	
mong đợi 期待	(33)	
mong muốn 希望	(12)	
mỏng 薄	(28)	
món 菜肴，菜式	(3)	
món ăn 菜肴	(5)	
món ăn dân dã 农家菜	(3)	
món chính 主食	(19)	
mọi người 大家	(7)	
mọi thứ 所有	(20)	
mọi việc 所有事情	(8)	
mọng nước 熟软多汁的	(27)	
môn 门（课）	(3)	
môn 项目	(25)	
môn học 课程	(25)	
mỗi 每个	(8)	
mỗi kì 每学期	(23)	
mốt 时尚，时髦	(7)	
mộc mạc 朴实，朴素，简朴	(19)	
một 一	(1)	
một bộ 一套	(7)	
một cân 一千克	(27)	
một chiều 单程	(22)	
một mình 自己一个人	(11)	

một mũi tên trúng hai đích 一箭双雕	(27)	
một phần 一部分	(23)	
một số 一些	(11)	
một suất 一份	(5)	
một trong ……之一	(23)	
một vài 一些	(23)	
mời 请客	(15)	
mở hàng 发市	(27)	
mở lại 重新办理	(5)	
mở màn 首场	(17)	
mới 刚刚，才，新的	(1)	
mới 新的	(4)	
mới đầu 刚开始	(20)	
mới nhập 刚进的	(27)	
mua 买	(4)	
mua hoa 买花	(33)	
mua sắm 购买	(7)	
mua sắm trên mạng 网购	(29)	
mua thêm cân 加买	(22)	
mua trọn gói 买全套	(24)	
mua về 打包	(5)	
muối 盐	(20)	
muốn 想要	(5)	
muộn nhất 最晚	(22)	
mùa 季节	(6)	

mùa đông 冬天		(23)
mùa hè 夏天		(3)
mùa khô 旱季		(23)
Mũi Né ở Phan Thiết 藩切市的美奈		(23)
múa rối nước 水上木偶戏		(18)
múi 瓣		(27)
mục tiêu cá nhân 个人目标		(32)
mưa 下雨		(6)
mười 十		(8)
mừng tuổi 贺岁		(33)
mỳ 面条		(15)
Mỹ 美国		(10)
Mỹ Đình 美亭		(13)
mỹ phẩm 化妆品		(26)

N

nam 男		(7)
Nam Ninh 南宁		(6)
nào 哪些		(9)
nào là... nào là... 又是……又是……（表列举）		(27)
này 语气词		(6)
này 这		(1)
não bộ 大脑		(25)
náo nhiệt 热闹		(9)
nạp 充值		(5)
năm 年，五		(2)
năm hai 二年级		(2)
năm nay 今年		(2)
năm sau 明年		(11)
năm thứ ba 三年级		(2)
nằm đọc sách 躺着看书		(25)
nằm ở 位于		(24)
nằm phao nghỉ ngơi trên sông lười 在懒河上漂流		(24)
nắng 阳光		(6)
nâng cao 提高		(19)
nâng cấp 升级		(28)
nấu 煮		(3)
nấu ăn 烹饪		(11)
nem 春卷		(3)
nem chua rán 炸酸春卷		(10)
nem hải sản 海鲜春卷		(15)
nem rán 炸春卷		(33)
nên 因此		(1)
nên 应该		(7)
nền trắng 白底		(31)
nếu 如果		(4)
Nga 俄罗斯		(25)
ngao 车螺		(27)
ngay 赶紧		(5)

ngay bây giờ 现在就	(22)	ngân hàng 银行		(13)
ngày 天	(21)	nghe 听		(11)
ngày càng 日益	(12)	nghe nhạc 听音乐		(28)
ngày giỗ Tổ Hùng Vương 雄王祭 祖日	(33)	nghe nói 听说		(9)
		nghề 职业		(12)
ngày hội 节日	(33)	nghề nghiệp 职业		(12)
ngày kia 后天	(22)	nghệ thuật 艺术		(18)
ngày lễ tết 节日	(31)	nghìn 千		(17)
ngày mai 明天	(3)	nghỉ 休息		(8)
ngày mùng 1 tháng Giêng 农历正月初一	(33)	nghỉ hè 暑假		(10)
		nghỉ học 放假		(20)
ngày mùng 5 tháng 5 âm lịch 农历五月初五	(33)	nghỉ ngắn ngày 短假		(23)
		nghỉ ngơi 休息		(1)
ngày nào cũng 每天都	(25)	nghĩ 想		(11)
ngày 15 tháng 7 âm lịch 农历七月十五	(33)	nghĩ sao 怎么想的		(32)
		ngoài 除外		(11)
ngày 15 tháng Giêng 农历正月十五	(33)	ngoài phố 街上		(13)
		ngoài ra 此外		(7)
ngày 15 tháng 8 âm lịch 农历八月十五	(33)	ngoài trời 露天		(19)
		ngoại tệ tiền mặt 现金外币		(31)
ngã tư 十字路口	(13)	ngoại trừ 除了		(10)
ngắm 观赏	(9)	ngoạm 叼，啃		(18)
ngắm cảnh 观景	(23)	ngon 好吃		(5)
ngắn 短	(6)	ngọt ngào 甜蜜，香甜		(18)
ngắn hạn 短期	(32)	Ngô Bảo Châu 吴宝洲		(12)
ngâm tẩm 浸泡	(27)	ngôi sao 明星		(16)

ngôi sao điện ảnh 电影明星	(16)
ngồi 坐	(13)
ngộ nghĩnh 可爱	(18)
nguyên 整个	(33)
nguyên cả 整个	(15)
nguyên sơ 初始，原始	(19)
ngủ 睡觉	(10)
ngủ ngon 睡得香	(25)
ngụ ý 寓意	(33)
người 人	(1)
người bán 卖家	(29)
người biểu diễn 表演者	(18)
người khách 客人	(33)
người mặc 穿衣人	(7)
người mẫu 模特	(11)
người ta 人家	(4)
người thân 亲人	(9)
người vận chuyển 快递员	(29)
người Việt 越南人	(12)
người xác nhận 证明人	(32)
ngưỡng mộ 仰慕	(12)
nhanh 快	(1)
Nha Trang 芽庄	(8)
nhà 家	(1)
nhà ăn 食堂	(5)
nhà bóng 海洋球馆	(24)
nhà cấp 4 简易房（四级房）	(19)
nhà cửa 房屋	(33)
nhà hàng 餐馆	(15)
Nhà Hát Lớn 大剧院	(9)
Nhà Thờ Đá Nha Trang 芽庄石教堂	(23)
nhà toán học 数学家	(12)
nhà trường 学校	(4)
nhạc 音乐	(4)
nhạc phim 电影背景音乐	(17)
nhạc trẻ 年轻，流行音乐	(11)
nhạt 清淡	(15)
nhâm nhi 喝酒，小口慢慢喝	(9)
nhân đạo 人道主义，无偿	(12)
nhân viên 职员，工作人员	(2)
nhân viên buồng phòng 客房服务员	(21)
nhân viên tiếp thị 推销员	(32)
nhất 最	(3)
nhất định 一定	(9)
nhất thời 一时	(25)
nhất trí 完全同意，一致	(10)
nhận dạng khuôn mặt 人脸识别	(28)
nhận ra 感悟到，感受到	(6)1
nhập 输入	(21)
Nhật Bản 日本	(25)

nhé 啦，了，吧（语气词）	(1)	nói chung 总的来说，一般来说		(4)
nhiều 多	(5)	nói chuyện 说话，谈话		(8)
nhiếp ảnh 摄影	(11)	nóng 热气的		(20)
nhiệt độ 体温	(20)	nồi cơm điện 电饭锅		(29)
nhiệt độ 气温	(6)	nổi 突出		(18)
nhiệt đới 热带	(23)	nổi bật 突出		(28)
nhiệt tình 热情	(5)	nổi tiếng 著名		(3)
nhìn 看	(10)	nỗi buồn 烦恼		(16)
nhỉ... 吗（用于反问、感叹）	(8)	nối dõi 延续香火		(8)
nhỏ 小的	(11)	nội dung 内容		(16)
nhỏ bé 小个子	(10)	nội quy 规定，规则		(4)
nhỏ gọn 灵巧	(28)	nội quy kí túc xá 宿舍舍规		(4)
nhóm 小组，团队	(32)	nội thành 市内		(9)
nhộn nhịp 热闹	(18)	nộp bài 交，缴纳		(3)
nhờ 托	(20)	nơi 地方		(9)
nhớ 记得，记住	(4)	nơi đậu ánh sáng mặt trời buổi sáng sớm 清晨阳光最先照耀到的地方		(24)
nhu cầu 要求	(7)			
như 如，像	(4)	nuôi 养		(27)
như 如，比如	(3)	nuối tiếc 遗憾		(19)
nhưng 但是	(4)	núi 山		(23)
nhưng mà 但是	(5)	núi Bà Nà ở Đà Nẵng 岘港市的巴拿山		(23)
những 一些	(5)			
niềm vui 快乐	(16)	nút home 回键		(28)
no vỡ cả bụng 吃撑了	(19)	nước 国		(10)
nó 它	(6)	nước chủ nhà 东道主		(25)
nói 说	(3)	nước ép táo 苹果汁		(15)

nước gội đầu 洗发水	(26)	
nước mắm 鱼露	(15)	
nước nóng 热水	(4)	
nửa 半	(27)	
nữ 女	(7)	
nữa 还，再	(3)	

O

oi 闷热	(6)
OK 好的	(4)
online 在线的	(29)

Ô

ô mai Hàng Đường 糖街酸梅果脯	(9)
ông bà 爷爷奶奶	(8)
ôn hòa 温和	(23)
ô tô 汽车	(12)
ô tô đụng 碰碰车	(24)
ổn 稳妥，妥当	(4)
ổn định 稳定	(1)
ốm 生病	(6)

Ơ

ơi 呀，哎	(3)
ở 在	(1)
ở bên nhau 在一起	(16)
ở cạnh phòng nhau 房间在隔壁	(27)
ở chợ 在菜市场	(27)
ở ngoài 在外面	(10)
ở nhà hàng 在餐馆里	(15)
ớt tươi 鲜辣椒	(15)
ớt xào thịt trâu khô 辣椒炒水牛肉干	(15)

P

phải 右	(13)
phải 要	(3)
phải chăng 适中，合理	(27)
phải không 对吗	(2)
phản ánh 反映	(4)
phản hồi 回复	(32)
phản xạ 反射	(25)
pháo 炮	(18)
phát hiện 发现	(19)
phát lì xì 发压岁钱	(33)
phát triển 发展	(23)
Phạm Nhật Vượng 范日旺	(12)
phân bổ lại 重新安排	(29)
phân cấp 分级	(9)
phân công 分工	(19)
phét 太过（用于口语）	(6)
phi công 飞行员	(12)

phiên bản 版本	(28)	phố cổ 古街	(9)
phiếu đăng ký 登记表	(21)	phối cùng 搭配	(7)
phim 电影	(8)	phở 粉	(20)
phim ảnh 电视剧与电影	(16)	phở bò 牛肉粉	(3)
phim 3D 3D 电影	(18)	phù hợp 符合	(7)
phim hoạt hình 动画片	(16)	phút 分钟	(13)
phim ma 鬼片	(16)	phục vụ 服务	(5)
phía sau 后面	(17)	phụ phí 附加费	(22)
phía trước 前面	(17)	phương tiện 交通工具	(23)
phí đổi vé 改签费	(22)	phường 坊	(9)
phí làm thẻ 办卡费	(30)	phức tạp 复杂	(5)
phí vận chuyển 运费	(29)	pin khỏe 电池寿命长	(28)
phong cách 风格	(7)		
phong độ 风度	(25)	**Q**	
Phong Nha - Kẻ Bàng 风牙洞	(23)	Qatar 卡塔尔	(25)
phong phú 丰富	(3)	qua cửa khẩu 过口岸	(31)
phong thái sinh viên 大学生风采	(11)	qua kiểm tra an ninh 过安检	(31)
phòng 房间，宿舍	(4)	quanh 周围	(9)
phòng ăn 餐厅	(21)	quan niệm 观念	(8)
phòng đôi 双人房	(21)	quan tâm 关心	(8)
phòng khách 客厅	(33)	quan trọng 重要	(5)
phòng tài chính 财务处	(32)	quan trọng nhất là... 重要的是……	
phòng thử 试衣间	(26)		(32)
phỏng vấn 面试	(32)	quay phim 拍视频	(28)
phông che 幕布	(18)	quà 礼物	(9)
phổ biến 普及	(28)	quả 只，个	(15)

Quảng Đông 广东	(15)		quyền lực 权力	(17)
Quảng Ninh 广宁（地名）	(23)		quyển 本，卷	(11)
quảng trường Kim Hồ 金湖广场	(14)		quyết đoán 果断	(29)
quá 太过	(5)		quý khách 贵宾，贵客	(21)
quá là 太过	(3)			
quán ăn 餐馆	(11)		**R**	
quán xuyến 管持，操劳	(8)		ra 出	(1)
quá trình trao đổi chất 新陈代谢	(25)		ra khỏi phòng 离开房间	(21)
quá tuyệt 太棒	(11)		ra lệnh 下令	(33)
quân rối 木偶军	(18)		ra mắt 面世	(12)
quần áo 衣服	(6)		ra phết 非常	(19)
quần bò 牛仔裤	(7)		ra thế 原来是这样	(11)
quần dài 长裤	(7)		ra trường 毕业	(8)
quần soóc 西装短裤	(7)		rau 青菜	(19)
quần thể 建筑群	(24)		rau muống luộc 白灼空心菜	(3)
quần thể danh thắng Tràng An 长安名胜群	(23)		rau muống xào 炒空心菜	(5)
			rau sống 生菜	(15)
quầy hàng 货架	(26)		ra vào 进出	(4)
quận 郡	(9)		rảnh 有空	(3)
quen biết 相识，熟悉	(2)		rảnh rỗi 空闲	(28)
quen đường 熟路	(20)		rán 煎的	(20)
quét 刷	(31)		rạp 电影院	(16)
quẹt điện thoại 刷手机	(28)		rất 很	(1)
quẹt thẻ 刷卡	(21)		rất đáng để đi 很值得一去	(23)
quê hương 家乡	(9)		rẻ 便宜	(5)
quy định 规定	(4)		rẽ 拐	(13)

rét đậm rét hại 寒冷，严寒天气	(6)
Rock 摇滚乐	(11)
roi rói 鲜亮	(27)
rõ nét 清晰	(28)
rồi 了	(1)
rồng thép Thăng Long 升龙铁龙	(24)
rộng 宽敞	(26)
rộng thoáng 宽敞	(19)
rời 离开	(21)
rùa thần 神龟	(24)
rủ 邀约	(10)
rút tiền 取款	(30)
rụng 脱落	(6)
rưỡi 半	(4)
rượu 酒	(4)
rừng 森林	(19)

S

sai 错	(17)
sang 去，到	(2)
sang trọng 豪华间	(21)
sao 如何，怎样	(5)
sau 后	(4)
sau cùng 最后	(20)
sau đó 然后	(20)
sau giờ học 下课后	(3)
sau khi 之后	(18)
sành 懂行	(27)
sào 竹竿	(18)
sản phẩm 产品	(21)
sách 书	(11)
sáng 早上	(21)
sáng mai 明天上午	(11)
sát 靠近	(19)
sạc 充电	(28)
sạch sẽ 单纯，干净	(10)
sạc nhanh 快充	(28)
sẵn sàng 随时准备好的	(19)
sẵn sàng chưa 准备好了吗	(32)
sắc đẹp 美色	(7)
sắc nét 锐利，高清	(28)
sắp 将要	(1)
sắp xếp 安排	(29)
sân bay 机场	(22)
sân bay Cam Ranh 芽庄金兰机场	(23)
sân bóng rổ 篮球场	(25)
sân khấu 舞台	(17)
sân nhà 院子	(33)
sâu 深	(25)
sầu riêng 榴莲	(27)
Sen Tây Hồ 西湖莲花	(15)
sẽ 将	(3)

siêu thị 超市	(19)	suy nghĩ 思考	(32)
sinh 生	(8)	súc 漱	(20)
sinh động 生动	(23)	súp lơ xanh 西兰花	(5)
sinh hoạt 生活	(9)	sướng 开心，爽	(17)
sinh viên 大学生	(2)	sửa 维修，修改，修理	(4)
so với 和……相比	(22)	sử dụng 运营	(14)
sôi động 火爆	(17)	sữa tắm 沐浴露	(26)
sổ 本子，册子	(4)	sữa tắm Pantene 潘婷沐浴露	(26)
sổ khám bệnh 病历本	(20)	sức hút 吸引力	(17)
số 号码	(4)	sự 助动词，冠词（放在动词或形容	
số 1 头号	(11)	词前使之变成名词）	(7)
số 3 3号线	(14)	sự kiện 事件	(7)
số 76 76路	(13)	sự nghiệp 事业	(12)
sống 生活	(8)	sự tích 事迹	(18)
sống 生的	(19)		
sống động 生动	(18)	**T**	
sốt 发烧	(20)	tai nạn 事故	(33)
sơ bộ 初步	(23)	tan học 放学	(25)
sơ yếu lý lịch 个人简历	(32)	tan lớp 下课	(19)
sở hữu 拥有	(17)	tan tầm 下班时间	(13)
sở thích 爱好	(8)	tao 我（表示不客气或亲密时的自称）	
sớm 早	(5)		(3)
sớm nhất 最早	(22)	Taobao 淘宝	(29)
sợ 怕	(6)	tài chính ngân hàng 金融财政	(2)
Sprite 雪碧	(19)	tàu cao tốc 动车	(14)
suôn sẻ 顺畅	(33)	tàu điện ngầm 地铁	(13)

tàu điện trên không	轻轨	(24)	tập trung	集中	(33)
tàu hỏa	火车	(23)	tên	名字	(1)
tảo mộ	扫墓	(33)	tên gọi	名称	(24)
Tả Thanh Thiên	写青天（河内著名景点）	(24)	tên tuổi	声誉，名望	(17)
			tết Âm lịch, tết Nguyên đán	春节	(33)
tách	咖啡茶杯	(9)	tết Đoan ngọ	端午节	(33)
tác hại	害处	(29)	tết Nguyên tiêu	元宵节	(33)
tại	在	(2)	tết Thanh minh	清明节	(33)
tại sao	为什么	(10)	tết Trung nguyên	中元节	(33)
tạm trú	停留	(31)	tết Trung thu	中秋节	(33)
tạo nên	形成	(23)	tệ	元（人民币）	(5)
tắc đường	堵车	(23)	tham dự	参加	(25)
tắm	洗澡	(4)	tham gia	参加	(11)
tặng	赠送	(9)	thanh thiếu niên	青少年	(17)
tâm hồn	心灵	(19)	thanh toán	结账，买单	(26)
tâm lý	心理	(16)	thanh toán nốt	付完	(21)
tầng 2	2楼	(21)	thanh toán qua điện thoại	手机支付	(28)
tầng	层	(24)	thay cho	代替	(15)
tấm	块	(24)	thay đổi	变化	(6)
Tấm Cám	《阿米和阿糠》	(18)	thành công	成功	(17)
tất cả	所有	(17)	thành đạt	成功	(12)
tất nhiên	当然，必须的	(11)	thành lập	成立	(12)
tận mắt	亲眼	(17)	thành phố	城市	(2)
tập	练	(8)	thành phố Đà Lạt	大叻市	(23)
tập thể	集体	(19)	thành phố Hồ Chí Minh	胡志明市	(9)
tập thể dục	运动，做体操	(25)	thành tích	成绩	(12)

thảo luận 讨论	(7)		theo người 随身	(28)
thảo nào 难怪	(5)		theo như 按照	(9)
tháng 月	(1)		thẻ 卡	(4)
tháng sau 下个月	(17)		thẻ học sinh 学生证	(5)
tháng trước 上个月	(14)		thẻ lên máy bay 登机牌	(22)
Thánh địa Mỹ Sơn 美山圣地	(23)		thẻ nhà ăn 饭卡	(5)
tháp 塔	(23)		thẻ phòng 房卡	(21)
Tháp Bà Ponagar 婆那加占婆塔	(23)		thẻ Visa 维萨卡	(26)
Tháp Bút 笔塔	(24)		thêm 增加	(5)
tháp hình chữ nhật 长方形塔	(42)		thể dục thể thao 体育运动	(25)
tháp Rùa 龟塔	(24)		thể hiện 演唱,演绎	(17)
Thạch Sanh 《石生的故事》	(18)		thể loại 种类	(11)
thằng 小子,家伙(对男性小孩或同辈的昵称)	(3)		thể thao 体育,运动	(7)
			thế 那么	(1)
thắc mắc 疑问	(22)		thế giới 世界	(3)
thắng cảnh 名胜古迹	(23)		thế hệ 代(人)	(8)
thân tháp 塔身	(24)		thế mạnh 优势	(32)
thầy 老师(男)	(3)		thế nào 如何	(1)
thấm hút mồ hôi 吸汗	(7)		thế thì còn gì bằng 还有什么好说的	(33)
thấp 低	(1)		thi đỗ 考上	(24)
thấy 看见	(4)		thiên nhiên 自然	(3)
thấy 觉得	(5)		thiết bị theo dõi sức khỏe 健康设备	(28)
thật 真	(1)		thiết kế 设计	(28)
theo giờ 按时	(4)		thiếu thiếu 少点什么	(25)
theo học 入读	(24)		thì 就	(2)
theo miền 按地域	(23)			

thì ra 原来	(25)	thờ thần Văn Xương 祭祀文昌神	(24)
thỉnh thoảng 偶尔	(15)	thờ Trần Hưng Đạo 祭祀陈兴道	(24)
thích 喜欢	(3)	thợ 师傅	(4)
thích hợp 适合	(23)	thu 秋	(6)
thịt ba rọi 半肥瘦	(19)	thuê 租	(19)
thịt băm 肉末	(3)	thuế 税	(22)
thịt bò hầm 炖牛肉	(15)	thu nhập 收入	(12)
thịt kho tàu 红烧肉	(5)	thuốc cảm 感冒药	(20)
thị trấn 镇	(9)	thuốc lá sợi 烟丝	(31)
thị trấn Sa Pa 沙巴镇	(23)	thuộc 属于	(7)
thịt xá xíu 叉烧	(15)	thu thập chữ ký 采集签字	(31)
thị xã 市（县级）	(9)	thủ đô 首都	(3)
thoải mái 舒畅，开心	(7)	thủ tục 手续	(5)
thoáng mát 透气凉爽	(7)	thú vị 有趣	(33)
thói quen 习惯	(9)	thư giãn 放松	(19)
thôi 而已，罢了	(1)	thương mại 贸易	(13)
thông báo 通报，告诉	(4)	thường 常常	(7)
thông điệp 信息	(16)	thường dân 平民	(24)
thông qua 通过	(18)	thường xuyên 经常	(8)
thông thường 一般	(18)	thưởng thức 品尝	(15)
thông tin 信息	(20)	thử 试着	(11)
thông tin cá nhân 个人信息	(32)	thứ 7 周六	(17)
thơm phức 香喷喷	(19)	thức ăn 饭菜	(5)
thời điểm 时间	(25)	thứ nhất 第一	(13)
thời lượng 时长	(28)	thực đơn 菜单	(5)
thời tiết 天气	(6)	thực hiện 实现	(12)

thực phẩm 食品	(19)		tiện thể 顺便	(10)
tiêu chuẩn 标准	(22)		tim mạch 心血管	(25)
tiêu chuẩn 标间	(21)		tin 相信	(12)
tiền 钱	(5)		tinh thần 精神	(19)
tiền còn lại 余额	(21)		tin tưởng 相信	(21)
tiền mặt 现金	(26)		ti-vi 电视	(4)
tiền phòng 房费	(21)		tìm 寻找	(1)
tiền thuốc 药费	(20)		tìm kiếm 寻找	(32)
tiền Việt 越盾	(30)		tìm việc 找工作	(1)
tiểu thuyết 小说	(11)		tình cảm 情感	(16)
tiếc 可惜，遗憾	(28)		tình nguyện 志愿者	(12)
tiến bộ 进步	(10)		tình yêu 爱情	(11)
tiếng 语言	(11)		tỉ giá 汇率	(37)
tiếng 小时	(13)		tỉ lệ người nghe 点播率	(17)
tiếng Anh 英语	(11)		tỉnh 省	(23)
tiến gần 前进，迈进，靠近	(12)		tỉnh Bắc Kạn 北洴省	(32)
tiếng đồng hồ 小时	(25)		tỉnh Kiên Giang 坚江省	(23)
tiếng Trung 汉语	(2)		tỉnh Lào Cai 老街省	(23)
tiến sĩ 进士	(24)		tỉnh Ninh Bình 宁平省	(23)
tiếp cận 接近，联系	(32)		tỉnh Quảng Bình 广平省	(23)
tiếp thu 接受	(32)		tỉnh Quảng Nam 广南省	(23)
tiếp viên hàng không 空姐，空乘	(32)		tỉnh Tiền Giang 前江省	(32)
tiết ba 第三节课	(3)		tỉ số 比分	(25)
tiết kiệm 节省	(29)		tí 一点儿	(5)
tiệc nướng 烧烤	(19)		tích trò 典故，民间故事	(18)
tiện nghi 设施	(19)		tính 性格	(10)

tính 算		(27)	tốn kém 花费，耗费	(19)
tính đến 算到		(25)	tốt 好	(7)
tính năng 性能		(28)	tốt đẹp 美好，愉快	(22)
tí nữa 一会儿		(3)	tốt lành 美好	(22)
Tmall 天猫		(29)	tốt nghiệp 毕业	(1)
to 大		(4)	tốt nhất 最好	(13)
toàn 全		(5)	tờ khai 申请表	(31)
toàn đồ 设施（đồ，东西，本课指设施）		(4)	tờ khai xuất cảnh 出境单	(22)
			tớ 我（对同辈自称）	(2)
toàn quốc 全国		(17)	tới 到	(9)
toàn thân 全身		(20)	trang phục 服装	(7)
toát mồ hôi 冒汗		(6)	trang trí 布置，装饰	(18)
tóc 头发		(10)	trang trọng 庄重	(7)
tót 吱溜一下子		(18)	trang web 网页	(29)
tôi 我		(1)	tranh thủ 争取	(23)
tôm he 明虾		(19)	tràn xuống 直下（指冷空气）	(6)
tôm nõn Long Tinh 龙井虾仁		(15)	trà sen 荷叶花茶	(9)
tôn giáo 宗教		(32)	trà sữa 奶茶	(10)
tổ chức 举行，组织		(11)	trả 还	(24)
tổ chức New 7 Wonders 世界新七大奇迹基金会		(23)	trả cho 支付给	(22)
			trải nghiệm 体验	(33)
tổng cộng 总共		(21)	trải qua 经历	(16)
tốc độ 速度		(28)	trả lại 退货	(29)
tối đa 最多		(22)	trả lương 支付工资	(1)
tối mai 明晚		(8)	trả phòng 退房	(21)
tối nay 今晚		(10)	trái 左	(13)

Trái Tim Cho Em 献爱心	(12)	
trắng 白色	(7)	
Trần Nghiên Hi 陈妍希	(16)	
trận bán kết 半决赛	(25)	
trẻ em 孩子们，儿童	(12)	
trên 上面	(9)	
trên 以上	(28)	
trên mạng 网上	(17)	
trên thế giới 世界上	(12)	
triệu 百万	(11)	
trình diễn 演出	(7)	
trình độ học vấn 文化程度	(32)	
trong 在……里	(3)	
trong đó 其中	(9)	
trong giờ học 课堂上	(3)	
trong kí túc 宿舍里	(4)	
trong phòng khám 在诊室里	(20)	
trong và ngoài nước 国内外	(23)	
trò chơi 游戏，游乐项目	(24)	
trò chuyện 聊天儿	(28)	
trọ 暂住	(10)	
trọn vẹn 圆满	(16)	
trông 看	(5)	
trông chờ vào 看好	(25)	
trống 锣鼓声	(18)	
trời 天空，天气，天色	(6)	

trời nóng 天气炎热	(25)	
trời xanh 湛蓝的天空	(24)	
trở lên 以上	(31)	
trở thành 成为	(12)	
trở về 返回	(12)	
trợ lý kế toán 会计助理	(32)	
trung bình 平均	(23)	
Trung Quốc 中国	(2)	
trung tâm 中心	(13)	
trung tâm dịch vụ visa 签证服务机构	(31)	
trung tâm ngoại ngữ 培训机构	(2)	
Trung ương 中央	(9)	
truyền tải 传达	(16)	
truyền thống 传统	(7)	
truyền thuyết 传说	(24)	
trũng biển 海盆	(23)	
trụ cột 顶梁柱	(8)	
trưa 天气	(6)	
trường 学校	(1)	
trường hợp 场合	(33)	
trường lớp 校园	(3)	
trước 先	(9)	
trước 前	(11)	
trước đây 以前	(10)	
trước giờ học 上课前	(3)	

trước mặt 前面	(13)	
trước Tết 年前	(33)	
trừ đi 扣除	(30)	
trứng sốt cà chua 西红柿炒蛋	(5)	
trực thuộc 直属	(9)	
trực tuyến 直播	(28)	
tuần 周	(7)	
tuần sau 下周	(9)	
tuần tới 下周	(7)	
tuổi 岁	(2)	
tuy 虽然	(16)	
tuyên bố 宣布	(23)	
tuyển dụng 招人	(32)	
tuyến 线路	(13)	
tuyệt đối 绝对	(22)	
tuyệt vời 绝顶，极其	(3)	
tuỳ theo 按照	(23)	
týp người 种，类（人）	(7)	
tù và 螺号	(18)	
tủ 柜子	(4)	
tủ lạnh 冰箱	(4)	
tủ quần áo 衣柜	(7)	
túi ni-lông 尼龙袋	(27)	
túi tiền 消费水平	(27)	
tươi ngon 鲜美	(27)	
tương đối 相对	(6)	
tương phản 相反的	(23)	
tương tự 相似，类似	(12)	
tư vấn 咨询，查询	(21)	
tư vấn nghiệp vụ 业务咨询	(30)	
từ 自从，从	(10)	
từ…đến… 从……到……	(4)	
từng 曾经	(9)	
từ nhỏ 从小	(25)	
từ trước đến nay 一直以来	(25)	
từ xưa 从前	(33)	
tự 自己	(10)	
tự chọn 选修	(25)	
tự giới thiệu 自我介绍	(2)	
tự lập 自立	(27)	
tự nhiên 随意	(15)	
tự túc 自理，自费（自行解决）	(23)	

U

UNESCO 联合国教科文组织	(23)	
uống 喝	(4)	
uống thuốc 服药	(20)	
ủng hộ 支持	(12)	

Úc 澳大利亚	(25)	

Ư

ước 梦想	(12)	

ừ 嗯，哎（表允诺或承认） (3)

V

vai nữ chính 女主角	(16)
VAT 增值税	(21)
và 和，与	(3)
vài 几	(11)
vàng 黄色	(6)
vào 进入，进来	(3)
vào lớp 进教室	(3)
vào ở 入住	(21)
vải cotton 纯棉料	(7)
vải đũi 亚麻布	(7)
vải lụa 丝绸	(7)
vách đứng 壁立	(23)
váy xếp ly 高腰短百褶裙	(7)
Vạn Tượng Thành 万象城	(13)
Văn Miếu - Quốc Tử Giám 文庙—国子监	(9)
văn phòng 办公室	(5)
vâng 嗯，好的（应答语）	(2)
Vân Nam 云南	(15)
vân tay 指纹	(28)
vẫn 仍然，还	(1)
vất vả 辛苦	(19)
vận động 运动	(20)
vật liệu nổ 易爆物	(31)
vật sắc nhọn 锋利物	(22)
vật tư 物资	(31)
ven hồ 沿湖	(19)
vẻ đẹp 美丽	(23)
vé 票	(8)
về 回	(10)
về 有关	(3)
về hưu 退休	(1)
Vietnam Airlines 越南航空公司	(22)
viền 边	(28)
viết 写	(3)
việc 事情	(1)
việc làm 工作	(8)
Viện Hải dương học 海洋学研究院	(23)
Viện Toán học 数学研究院	(12)
Việt Nam 越南	(2)
Việt Nam đồng 越南盾	(30)
Vinpearl Land Hòn Ngọc Việt 越南珍珠岛	(23)
visa du lịch 旅游签证	(31)
vì 因为	(1)
ví dụ 比如	(7)
ví điện tử 电子钱包	(26)
Vịnh Bắc Bộ 北部湾	(23)
Vịnh Hạ Long 下龙湾	(3)

Vịnh Nha Trang 芽庄湾	(23)	vừa ý 称心如意		(1)
vị trí trống 空岗	(32)	v...v 等等		(9)
vòng ngoài 小组赛	(25)			
võ thuật 武术	(16)	**W**		
vô cùng 十分，非常	(28)	website 网站		(29)
vô địch 冠军	(25)	WeChat 微信		(10)
vội 急，急忙	(18)			
với 和，与	(3)	**X**		
với nhau 互相	(10)	xa 远		(13)
vợt 球拍	(25)	xanh 绿色		(19)
vua 皇帝	(24)	xanh da trời nhạt 天蓝色		(7)
vua Lê Lợi 黎利皇帝	(24)	xa van 季风		(23)
vua phá lưới 进球记录	(25)	xào 炒		(27)
vui 高兴	(1)	xào thập cẩm 炒什锦		(33)
vui cửa vui nhà 增添欢乐	(8)	xảy ra 发生		(33)
vui lòng 请	(21)	xã 乡		(9)
vui mắt 过瘾	(18)	xã hội 社会		(12)
vui tuyệt 太开心了	(19)	xách tay 手提		(22)
vui vẻ 开心	(9)	xác minh 核实，鉴定		(32)
vùng cao 高山地区	(12)	xác nhận 确认		(21)
vũ khí 武器	(31)	xây dựng 建筑		(8)
vượt trội 超群，过人	(28)	xây dựng vào 建于		(24)
vừa 刚刚	(5)	xe buýt 公共汽车		(13)
vừa mới 刚刚	(4)	xe điện 电瓶车		(13)
vừa phải 合适	(7)	xe giường nằm 卧铺车		(23)
vừa...vừa... 既……又……	(3)	xe khách 旅游大巴		(23)

xem 看	(8)	
xem pháo hoa 看烟花	(33)	
xem phim 看电影	(16)	
xen kẽ 交错	(23)	
xe thương gia 豪华商务车	(31)	
xét nghiệm 化验	(20)	
xếp số 挂号	(20)	
xin 请，请求	(2)	
xinh 漂亮，美丽	(10)	
xin lỗi 请问	(1)	
xin nghe 在听（接电话时）	(21)	
xin nghỉ học 请假	(20)	
xin việc 求职	(32)	
xì dầu 酱油	(15)	
xì gà 雪茄	(31)	
xong 完成，结束	(8)	
xôi 糯米饭	(20)	
xôi gấc 木鳖糯米饭	(33)	
xông đất xông nhà 冲年喜	(33)	

xuân 春	(6)	
Xuân Cương 春岗（地名）	(31)	
xuất phát 出发	(22)	
xuất trình 出示	(22)	
xuất trình hộ chiếu 出示护照	(31)	
xung quanh 周边，周围	(10)	
xuống 下车	(14)	
xuyên 穿越	(23)	
xúc xích 香肠	(19)	
xương 骨	(25)	
xử lý 处理	(28)	

Y

yên tâm 放心	(20)	
yêu 热爱	(18)	
yêu cầu 要求	(21)	
yêu thích 喜欢	(17)	
yếu tố 要素	(23)	
yoga 瑜伽	(8)